வெங்கம்பய

மாறன்

டிஸ்கவரி பப்ளிகேஷன்ஸ்
எண்: 9, பிளாட் எண்: 1080A, ரோஹிணி பிளாட்ஸ்
முனுசாமி சாலை, கே.கே.நகர் மேற்கு,
சென்னை - 600 078. பேச: 99404 46650

வெளியீட்டு எண்: 0307

வெங்கம்பய (சிறுகதை)
ஆசிரியர்: மாறன்©

Vengampaya (short story)
Author: Maran M©
Print in India
1st Edition : Dec - 2023
ISBN No : 978-93-95285-88-9
Pages - 136
Rs - 160

Publisher • *Sales Rights*

Discovery Publications
No. 9, Plot,1080A, Rohini Flats,
Munusamy Salai,
K.K.Nagar West, Chennai - 78.
Tamilnadu, India.
Mobile: +91 99404 46650

Discovery Book Palace (P) Ltd
No. 1055-B, Munusamy Salai,
K.K.Nagar West,
Chennai-600 078.
Ph: (044) 4855 7525
Mobile: +91 87545 07070

discoverybookpalace@gmail.com / www.discoverybookpalace.com

இந்த நூலில் பிரசுரமாகியுள்ள எந்த ஒரு பகுதியையும் எழுத்துபூர்வமான முன்அனுமதி பெறாமல் எடுத்தாள்வதோ, மறுபிரசுரம் செய்வதோ, மொழியாக்கம் செய்வதோ, ஊடகங்களில் மறுபதிப்புச் செய்வதோ, காப்புரிமைச் சட்டப்படி தடை செய்யப்பட்டுள்ளது. இந்த நூலிலிருந்து சில பகுதிகளை மேற்கோள்காட்டி நூல்அறிமுகம் செய்யலாம்.

உங்கள் மொபைல் போனிலிருந்து ஸ்கேன் செய்து 'டிஸ்கவரி புக் பேலஸ்' மொபைல் ஆப்பை டவுன்லோடு செய்து, புத்தகங்களை வாங்குங்கள்.

என்னுரை

வேம்புவின் மரண வாக்குமூலம் என்ற சிறுகதை மற்றும், இல்லாள் (குறுநாவல்) என்ற இரண்டு வெளியீடுகளுக்கு பிறகு, ஒரு சிறு இடைவெளியில், சொல்லப்போனால், ஒரு நாவலுக்கான எத்தனிப்புகளை துவங்கி, அதன் ஊடே அதோடு தொடர்புடைய கிளைக் கதைகள் சிலவற்றை, சற்று ஆராய்ந்து சிறுகதைகளாக இத்தொகுப்பில்.

இயற்பெயர் மணிமாறன், மதுரையை பூர்வீகமாக கொண்ட நான், பணி நிமித்தமாக நாள்தோறும் சுற்றிக் கொண்டிருப்பவன், அப்படி எனது பயணங்களில் என்னுடன் நெருங்கி உறவாடிய, ஒரு சில புத்தகங்கள் என்னை சிந்திக்கவும் தூண்டியது அதன் நீட்சிதான் எழுத்து.

எழுத்தாளன் என்று சொல்லிக் கொள்வதில் ஒரு சிறு தடுமாற்றமும், அச்சமும் எப்போதும் இருப்பதுண்டு, இன்னோடியும் அதற்கு விதிவிலக்கல்ல. அதற்கு தாழ்வுமனப்பான்மை என்றொரு பெயரும் பொருந்தும்.

பொதுவெளியில் யாரேனும் எழுத்தாளர் என்றோ, இக்கதை நீங்கள் எழுதியதா? என்று கேட்டாலோ, அவ்விடம் என்னுள் ஒரு சிறு பதற்றம் தொற்றிக் கொள்ளும். அவர்களின் அந்த பாராட்டுதல்கள் நமக்கு பொருந்துமா? என்ற கேள்வி என்னுள் எழாமல் இருந்ததில்லை. கைதட்டல்களை பெரிதாய் கேட்டிடாத என் காதுகளுக்கு அவை கிடைக்கும் போதெல்லாம், வெடி சத்தத்திற்கு அஞ்சிய நாய்க்குட்டி போன்றே என் அகம் பதறி தவிக்கிறது. அதற்கு ஒரு முடிவு இல்லை என்றே தோன்றுகிறது.

ஒரே மாதிரியான கதைகளை நாம் எழுதி விடக்கூடாது என்று நான் எப்போதும் சிந்திப்பதுண்டு, ஆனால் எழுதும் போது வரும் ஒரு சில

எண்ணங்களை என்னால் மாற்றிக் கொள்ள முடியவில்லை. புதைந்து கிடக்கும் பல கோபங்களைதான் முதலில் கிண்டி எடுக்கிறது இந்த எழுத்து. அநேக எழுத்தாளர்களுக்கும் அவ்வாறே இருந்திருக்கும் என்று எனக்கு நானே நம்பிக்கை கொடுத்து, நான் கேட்க நினைத்த பல கேள்விகளை, நான் மறக்க நினைத்த பல நினைவுகளை, நான் உரித்துக் காட்ட நினைத்த பல கண்ணியவான்களை இங்கு தோலுரித்துக் காட்டி இருக்கிறேன். இருப்பினும் இப்புத்தகம் முழுவதும் கற்பனையே.

எழுத வேண்டும் என்ற எனது அவா, எழுதிக்கொண்டே இருக்க வேண்டும் என்று ஆனது, நட்பு தமிழ் வட்டம் என்ற இலக்கிய அமைப்பின் மூலம் தான். எனது முதல் படைப்பின் மூலம் நான் இத்தளத்திற்கு அறிமுகமானேன், அன்று முதல் இன்று வரை, அதன் தோளில் சுமந்து வழிநடத்துகிறது நட்பு தமிழ் வட்டம். இத்தருணத்தில் நட்பு தமிழ் வட்டத்தின் தலைவர் புலவர். நா நா. ஆறுமுகம் அவர்களுக்கும், அதன் மற்ற உறுப்பினர்களுக்கும் என் சிரம் தாழ்ந்த நன்றிகளை உரித்தாக்குகிறேன்.

ஒரு எழுத்தார்வளனுக்கு, அவனது கதைகளை, ஒரு எழுத்தாளர் பாராட்டுவது என்றுமே, பெரும் மகிழ்வை கொடுக்கும், அவ்வாறு என் எழுத்துக்களின் மீது எனக்கு நம்பிக்கை கொடுத்த திரு. நர்சிம் அவர்களுக்கும், திரு. பரிசல் கிருஷ்ணா அவர்களுக்கும் எனது உள்ளம் நிறைந்த நன்றிகள்.

அன்புடன்
மாறன்
+919962179957

உள்ளே

1.	வெங்கம்பய	07
2.	உச்சம்	18
3.	சுட்ட ஈரலும் பசும் பாலும்	30
4.	முனியோட்டம்	38
5.	இப்பபெல்லாம் யாருங்க சாதி பாக்குறாங்க	44
6.	கற்பு	50
7.	சுதந்திரம்	61
8.	காற்றும் பூவும்	69
9.	ரத்தினமும் இன்னும் பல ஆண்களும்	84
10.	என்னைத் தேடி	94
11.	தக்கவைப்புகள்	109
12.	வீசும் காற்றில் பரவிய விஷம்	116

1.
வெங்கம்பய

பறவைகளின் கீச்சொலிகள் மட்டும் ஒலித்துக் கொண்டிருந்த பிற்பகல் நேரம், கூச்சலிட்ட பறவைகள் யாவும், கவட்டை விசை கல் தொட்டதுபோல் சுண்டி எழுந்து கிளம்பின, "வீங் வீங் வீங்" என்று அலறிய ஆம்புலன்ஸின் சத்தத்தைக் கேட்டு. நிசப்தம் நிறைந்த சாலையில் ஓங்கி அலறியபடி வந்த ஆம்புலன்ஸ் வண்டி, நெடுஞ்சாலையில் இருந்து மேற்கு நோக்கித் திரும்பியது.

ஊர் இறக்கத்தில் வைத்திருந்த நடுகல் மேலே பெரிய குச்சியுடன் அமர்ந்து ஆடு மேய்த்துக் கொண்டிருந்த சிறுவன், அந்த ஆம்புலன்ஸைப் பார்த்ததும் பதற்றத்துடன் நடுகல் மீது ஏறி நின்று வண்டியை உற்று கவனித்துக் கொண்டிருந்தான். அந்த நடுகல்லைத் தாண்டி ஒரு தார்ச் சாலை மற்றும் ஒரு செம்மண் சாலை என்று இரண்டாகப் பிரிந்த பாதையில் எவ்வழியாகச் செல்வது என்ற குழப்பத்தில் ஆம்புலன்ஸை நிறுத்தினார் ஓட்டுநர்.

ஆம்புலன்ஸின் கதவைத் திறந்து வெளியே எட்டிப் பார்த்த ஓட்டுநர், அச்சிறுவனிடம் "தம்பி சின்னையன் வீட்டுக்கு எப்படிப் போறது" என்று கேட்க அந்தச் சிறுவன் தலையில் மாட்டியிருந்த சட்டை காலர் பகுதியைக் கீழே இறக்கிவிட்டு, தான் கையில் வைத்திருந்த குச்சியைத் தூக்கி இடதுபுறமாக செம்மண் சாலையை நோக்கி கையை காட்டி, "ரோடு போறவாக்குல போங்க, புள்ளையார் கோயிலுக்கு அப்பறம் வர மொத பெரிய வீடு" என்று கூறி நடுகல்லில் இருந்து குதித்து சற்று தொலைவில் அமர்ந்திருந்த ஒரு மூதாட்டியை நோக்கி ஓடினான்.

ஒலிக்கு வெறிக்கும் பறவைகளையும், கரட்டான்களையும் நோக்கிய ஆம்புலன்ஸ் உதவியாளர், "இங்க எதுக்கு இந்த சைரன வேற கத்த விட்டுகிட்டு அத அமத்தி போடுங்க, நம்ம என்ன கேஸ் பிக்கப்கா

போறோம்?" என்று கூற சைரன் ஒலியை நிறுத்தி அச்சிறுவன் சொன்ன வழியில் ஆம்புலன்ஸை நகர்த்தினார் ஓட்டுநர்.

தோராயமாக இதுதான் சாலையாக இருக்க வேண்டும் என்று ஊகித்தபடி நீண்டுகொண்டே போன செம்மண் சாலை காட்டும் வழியெங்கும் பயணமானது ஆம்புலன்ஸ். நீண்டு சென்ற சாலை, ஒரு கல் பாலத்தில் ஏற, கண்ணுக்குத் தென்பட்டது ஒரு பழங்காலத் தேரும், அதற்கு எதிரே ஒரு கோவிலும். செம்மண் சாலை முடிந்து, சற்று அகலமான சாலை இதுதான் ஊருக்குள் செல்லும் வழி என்பதை உறுதி செய்வது போலத் தோற்றமளிக்க, வெள்ளை வண்டல் மணல் பரப்பில் ஆம்புலன்ஸ் சற்று நிதானமாகச் சென்றது.

ஆம்புலன்ஸை மறிப்பதற்காகவே நின்று கொண்டிருந்தது போல, வண்டி கண்ணில் தென்பட்டதும் அதை நோக்கி இரு சக்கர வாகனத்தில் வந்த இருவர், "ஊருக்கு நேரா கோவில் வழியா போகக் கூடாது, சுத்தி போங்க" என்று கூற, "வழி எப்புடிங்க" என்று கேட்ட உதவியாளரிடம், இடதுபுறமாக இருந்த ஊரணியைக் கைகாட்டி "ஊரணிய சுத்தி வாங்க" என்று கூறி அவசரமாகக் கிளம்பியவர்களை "சார்" என்று அழைத்து நிறுத்திய உதவியாளரை ஒரு முறை பெருமிதத் தோடும் சற்று வெட்கத்துடனும் பார்த்த அவ்விருவரிடம் "சின்னையன் வீடு?", என்று ஓட்டுநர் கேட்க, "நீங்க சுத்தி வாங்க, அந்தப் பக்கம் சனம் நிக்கிது" என்று கூற, இருசக்கர வாகனத்தில் பின்னால் அமர்ந்திருந்தவர் "டேய் சீக்கிரம் போடே, அடுத்து கந்தன புடிக்கணும்" என்று துரிதப்படுத்த, கிளம்பினார்கள் இருவரும்.

ஊரணியைச் சுற்றி ஆம்புலன்ஸ் நகர, அனைத்தும் குடிசை வீடுகளாய் இருந்தன, வாசலில் வந்து நின்ற அனைவரும், ஆம்புலன்ஸ் வண்டியை நோக்கி வண்டிக்குள் உற்று வேடிக்கை பார்த்தபடி கையில் ஒரு செம்புடன் நின்று கொண்டிருந்தனர்.

வண்டிக்குள் உற்று வேடிக்கை பார்ப்பதைக் கவனித்த உதவியாளர், "என்னங்க இப்படி வேடிக்க பாங்குறாய்ங்க" என்று ஓட்டுனரிடம் கூற, "மேலப் பாருங்க கொஞ்சம்" என்ற ஓட்டுனரின் பேச்சைக் கேட்டு அமர்ந்த இடத்தில் இருந்து குனிந்து முன்கண்ணாடி வழியே மேலே பார்க்க "என்னங்க பனைமரத்து மேல நின்னு வேடிக்கை பாக்குறாய்ங்க, முன்ன பின்ன பொணத்த பாக்காத மாதிரி" என்று கேட்டு முடிக்க ஊரணியைச் சுற்றிய வட்டம் நிறைவடைந்து ஊரின் பின்புறம் வந்தது வண்டி.

உதவியாளருக்குப் பதிலளித்த ஓட்டுநர், “ஏதும் பெரிய இடத்து சாவா இருக்கும்னு நெனக்கிறேன்” என்று பேசியவாறு மீண்டும் ஒரு கல்மேட்டை ஏறினார். அதற்குப் பின் இருந்த வீடுகள் யாவும் கான்கிரீட் வீடுகளாக இருக்க, கல்மேட்டைத் தாண்டியவுடன் ஆம்புலன்சுக்கு வழிகாட்டுவதற்காகவே இருவர் அமர்ந்திருந்தனர். பீடியை வலித்தபடி தோளில் குளிர்காலத்திற்குப் போடும் மப்ளர் துண்டுடன் அமர்ந்திருந்த முதியவர், வலது பக்கமா திரும்புங்க என்று கையைக் காட்ட, ஆம்புலன்ஸ் வலது பக்கமாகத் திரும்பியது.

திரும்பியவுடன் கூட்டமாகத் தென்பட்டது ஒரு பெரிய வீடு, வாசலில் கொட்டகை போட்டுக் கொண்டிருந்தனர். வாசல் தொட்டு பதற்றத்துடன் நின்றிருந்தனர். அனைவரும் அக்கம் பக்கம் எவ்வீட்டிலும் ஆட்கள் இருப்பது போலத் தோன்றவில்லை, அனைவரும் அந்தப் பெரிய வீட்டிலேயே குழுமியிருந்தனர்.

அனைத்து வீடுகளின் முகப்பும் ஒன்று சொன்னாற்போல் ஒரே மாதிரி இருந்தது. அதன் பின் இருந்த கட்டிடத்தை வைத்தே இது பெரிய வீடு என்று கண்டுபிடிக்க முடிந்தது.

அனைத்து வீடுகளிலும் ஒரே நாளேடு, மற்றும் முகப்பில் பொறிக்கப்பட்டிருந்த பெயரை வைத்து அனைவரும் ஒரே சமூகத்தினர் என்று புரிந்து கொள்ள முடிந்தது.

ஜாதி ரீதியாக இரண்டு மூன்று தெருக்களாக இருக்கும் ஒரு குக்கிராமம் அது என்பதைப் புரிந்து வண்டியை நிப்பாட்டி இறங்கி னார்கள் இருவரும்.

ஆம்புலன்ஸ் வந்து நின்றதுமே ஆரம்பமானது அழுகுரல்கள், “ஐயோ பாவி மகள, இப்புடி கொண்டுவாராங்களே” என்று வாசலை நோக்கி ஓடி வந்த மரகதத்தைத் தாங்கிப் பிடித்தாள் அருகில் நின்றிருந்த பொன்னி. “அக்கா மொதல்ல உள்ள தூக்கிட்டு வரட்டும்” என்று பொன்னி எந்த கலக்கமும் இல்லாமல் கூறினாள்.

உள்ளே தூக்கிட்டு வாங்க என்று உதவியாளரைப் பார்த்து கையசைக்க, ஓட்டுனரும் உதவியாளரும் ஆம்புலன்சின் பின்புறம் ஏறி ஸ்ட்ரெச்சரில் முக்காடிட்டுக் கிடத்தப் பட்டிருந்த பிரேதத்தைத் தூக்கி கீழே இறக்க, முகத்தை மூடியிருந்த வெள்ளைத் துணி விலகியது, சிறிதும் ஒப்பனை கலையாமல் தூங்குவது போல் உயிரற்றுக் கிடந்தாள் சந்தியா.

தலையின் பின்புறம் மட்டும் ஒரு பெரிய பஞ்சு வைக்கப்பட்டிருந்தது, அதைத் தவிர்த்து முகத்தில் எந்தச் சலனமும் இன்றி தூங்குவது போல படுத்திருந்தாள்.

சந்தியா அழகான பெண், ஊரின் பெரிய வீட்டுப் பங்காளிகளில் ஒருவரான, தனசேகரன் மரகதம் தம்பதியின் ஒரே மகள்.

தனசேகரன் அவரது இளைய சகோதரர் ரவி என இருவரும் ஒரே வீட்டில் வசிப்பவர்கள். ரவி பொன்னி தம்பதிக்கு குமார், விக்னேஷ் என்று இரு மகன்கள்.

வீட்டின் ஒரே பெண்பிள்ளை சந்தியா. அனைவராலும் செல்லமாக வளர்க்கப்பட்டவள். சிறுவயது முதலே பேரழகி, வாய்த் துடுக்காகப் பேசும் பெண். மாதம் தவறாமல் நடக்கும் ஊர் திருவிழாக் களில் சந்தியாவின் அழகைப் பார்க்க ஊர் இளசுகளுக்குள் போட்டி நடப்பது போன்றே, இளம்பெண்களும் அவளைப் பார்க்க நினைப்பார்கள். காரணம் அவள் உடுத்தும் உடைகளையும், ஒப்பனைப் பொருட்களையும் ரசிப்பதற்கு.

அவளிடம் இருக்கும் அளவிற்கு அந்த ஊரில் யாரிடமும் உடைகளோ, ஒப்பனைப் பொருட்களோ கிடையாது. தனசேகரன் குடும்பத்தின் மொத்த மதிப்பும், மகிழ்ச்சியும் சந்தியாவின் உருவத்தில் இருந்தது.

சந்தியாவின் இந்த முக்கியத்துவம் அந்த வீட்டில் இருப்பவர்களில், ரவியின் மனைவி பொன்னிக்கு மட்டும் நாளடைவில் கசப்பாக மாறியது. மற்றபடி அந்த வீட்டில் அனைவரும் சந்தியாவைச் சுற்றியே இயங்கினர். குறிப்பாக தனசேகரின் தந்தை சின்னையா, காரணம் அவரது துணைவி கலாவதி. சந்தியா பிறப்பதற்கு மூன்று மாதங்கள் முன்புதான் மறைந்திருந்தார்.

ஊருக்கே தெரிந்திருந்த உறவாக இருந்தாலும் கூட, சின்னையனால் கலாவதியின் இறுதிச் சடங்குகளில் கூட பங்கேற்க முடியவில்லை. அதே வருடம் வீட்டின் முதல் குழந்தையாகப் பிறந்தாள் சந்தியா. ஆதலால் சின்னையனுக்கு சந்தியாவின் மீது அலாதி பிரியம். அவர் எப்போதும் சந்தியாவை, கலாவதியுடன் ஒப்பிட்டு பார்த்துக் கொள்வார்.

உண்மையில் இருவருக்கும் குணநலன்களில் ஒற்றுமை அதிகம். கலாவதி மறைந்த பொழுது சுற்றம் அவரை முடமாக்கியது போல், சந்தியா மறைந்து அவளை வீட்டிற்குத் தூக்கி வந்த பொழுது, அவரின் உடல் நலம் அவரை உயிருள்ள பிணமாக வைத்திருந்தது. அழுகுரல்கள் கேட்டவுடன், தலையணை நனையும் அளவிற்கு, உடைத்துக் கொண்டு வந்தது கண்ணீர் சின்னையனுக்கு.

படுக்கையில் படுத்தபடி விம்மி அழுதுகொண்டிருந்த சின்னையன், தனது பற்களை நறநறவென கடித்து, கட்டிலில் இருந்து இறங்க முடியாத தனது கால்களை ஓங்கி அடித்துக் கொண்டு கேவிக்கேவி அழ ஆரம்பித்தார்.

ஊரே நின்று மார்பில் அடித்துக் கொண்டு அழ, இறுகிய முகத்துடன் திண்ணையில் அமர்ந்திருந்தனர் தனசேகரும், ரவியும். மரகதம் மயங்கி மயங்கி மீண்டும் அழுதவண்ணம், தலைவிரி கோலமாய் அமர்ந்திருந்தாள். துளியும் கண்ணீரின்றி அனைவரையும் வேலையேவிக் கொண்டிருந்தாள் பொன்னி.

உள்ளே கொண்டு வந்து வீட்டின் பத்தியில் விரிக்கப்பட்டிருந்த பாயின்மீது சந்தியாவைப் படுக்க வைத்து சென்றனர் நடத்துனரும், உதவியாளரும். சந்தியாவின் முக அழகில் இருந்து மீள முடியாத ஓட்டுநர் “பாவம்யா இம்புட்டு அழகா இருக்கு புள்ள, எப்படி செத்துப் போச்சுன்னு தெரியல” என்று உதவியாளரிடம் சொல்ல,” தெரியலைங்க வாங்க நம்ம கிளம்புவோம் “என்று அங்கிருந்து கிளம்பினார்கள் இருவரும்.

தனசேகரனின் வீடு முழுவதும் அழுகைச் சத்தம், காற்று கூட சிறிது யோசித்தே உள்ளே நுழைந்து அந்த அழுகுரல்களைக் கடந்து செல்ல தவித்துக் கொண்டிருந்தது. அனைத்துக் கூட்டத்தையும் ஒதுக்கி உள்ளே வந்த பொன்னி, “இப்படியே அழுதுகிட்டு நின்னா?” என்று பலத்த குரலில் கேள்வி எழுப்பி, “டேய் முத்து, காளிய கூட்டிட்டு போய் அந்த ஃப்ரீசர் பாக்ஸல ஏத்திக்கிட்டு வாங்க,” என்றவள், ஒரு பெரியவரை நோக்கி “கந்தனுக்கு சொல்லி விட்டாச்சா மாமா” என்று அதட்டலுடன் கேட்க, “போயாச்சுத்தா, மூர்த்தி மகனும், மாரியப்பனும் போயிருக்காய்ங்க” என்று பதில் கூறியவர், “அவனப் புடிச்சு என்ன பண்ண, போன வருசம் இடுப்புல மாடு முட்டுனதுல இருந்து ஆளு

இதுக்குலாம் போறதில்ல" என்று அந்தப் பெரியவர் கூற, அதான் அவன் பங்காளிப் பயல அவனுக்குத் தத்து குடுத்திருக்கோம்ல, அவன வரச் சொல்லுங்க "என்று பொன்னி கூறினாள் "அவே மெட்ராஸ்ல படிக்கிறான்ம்பல அவனப் போய் இந்த வேலைக்கு கூப்பிட்டா வருவானா?" என்று கூட்டத்தில் இருந்த ஒரு பெண் கேள்வி கேட்க, "என்ன மதினி கூறில்லாம பேசிகிட்டு இருக்க புள்ள கல்யாணம் காட்சி இல்லாம செத்துப் போயிருக்கு, அதுக்கு செய்ய வேண்டிய சடங்கலாம் செய்ய வேண்டாமா?" என்ற பொன்னியின் கூற்றைக் கேட்ட மரகதம் "வேண்டாம்டி எம்புள்ளய நீங்க பண்ணதெல்லாம் போதும், அவள மறுபடியும் செதச்சுராதீங்கடி, ஐயோ மாமா இங்க பாருங்க மாமா" என்று தனது மாமனாரை அழைத்தபடி எழுந்து வந்த மரகதத்தை "அக்கா உள்ள இரு," என்று பொன்னி கூற

"டேய் நீயெல்லாம் மனுசனா டா...தூ தெருபொறுக்கி நாயே, ஒரு பச்சபுள்ளய இப்புடி ஆக்கிட்டியேடா சண்டாளப் பாவி, உனக்கெல்லாம் நல்ல சாவே வராதுடா மங்குணிக்கூதி, பலசாதி முண்டப்பய என் புள்ளைய கொன்னுப்புட்டான், அத கேக்க இந்த ஊருல இருக்குற ஒருத்தனுக்குத் துப்பு இல்ல, நாய்ங்க வந்து சடங்க முடிக்கிறேன், மசுரப்புடுகுறேன்னு நிக்காய்ங்க தட்டுவாணிப் பயலுக, இந்த நாய்ங்களுக்கெல்லாம் வேட்டி சட்டை ஒண்ணுதான் கேடா இருக்கு" என்று மரகதம் தனது உள்ளக் குமுறல்களைக் கொட்டி தீர்த்தாள். சுதாரித்த பொன்னி அக்கம் பக்கம் வீட்டார் மற்றும் ஊர் மக்களை வெளியே திண்ணையில் அமரச்செய்து, மரகதத்தை இழுத்துக் கொண்டு உள்ளே சென்றாள்.

பின்னால் தனசேகரனும், ரவியும் உள்ளே செல்ல, "அக்கா ஏன் இப்படி வெளில நின்னு கத்துற, சாதி சனம் என்ன நெனைக்கும், மாமாக்கு மட்டும் கஷ்டம் இல்லையா, உன்னைவிட அவருதான் மகள ஓவியமா தாங்குனாரு, அவன் கூட ஓடிப் போயிருந்தா என்ன பண்றது, நம்ம எல்லாரும் நாண்டுக்கிட்டு தொங்கிருக்கணும், அதுக்கு அவ ஒருத்தியோட போயிருச்சுனு சந்தோசப் பட வேண்டியதுதான்". என்றாள் பொன்னி. இறுகிய முகம் மாறாமல் அமர்ந்திருந்த தனசேகரனை நோக்கிய பொன்னி, "சிங்கம் மாதிரி இருந்த என் மாமனை இப்புடி ஒக்கார வெச்சுட்டாளே இந்த தேவுடியா முண்ட" என்று தனசேகரனை ஜாடை பேச, எழுந்த தனசேகரன், "ஏய் போய்

ஆக வேண்டிய வேலையை பாரு, இவள ஊர் மெச்ச வளத்ததுக்கு, முந்தாநாளு ரவி மட்டும் அவள பாக்கலன்னா, திருட்டு முண்ட நம்மள அசிங்கப் படுத்திருப்பா," என்று தனசேகரன் வெகுண்டெழ, "உன்ன ஊர் மெச்சுற மாதிரி புள்ளய வளக்க யார் சொன்னது, "என்று தனசேகரனை நெருங்கிய மரகதத்தை ஓங்கி ஒரு அறை அறைந்த தனசேகரன், "இன்னொரு பாடை கட்ட வெச்சுறாத, கொன்னு பொதைச்சிட்டு போய்க்கிட்டே இருப்பேன்" என்று ன் மரகதத்தின் தலைமயிரை பிடிக்க, "மாமா விடுங்க மாமா, சோலி நெறைய கெடக்கு "என்று தனசேகரையும், ரவியையும் பொன்னி அங்கிருந்து கிளப்பினாள். "அத்தாட்சி அண்ணே கோவத்துல செஞ்சிருச்சு, உங்களுக்கு தெரியாதது ஒண்ணுமில்ல. நாளைக்கு நம்ம புள்ள அந்த ஈனசாதிப் பயல இழுத்துக்கிட்டு வந்தா என்ன பண்ணிருப்போம்" என்று ரவி கேட்க." அந்த முண்டபயல என்ன வேணா பண்ணி தொலைங்க, என் மகள இப்படி ஆக்கிட்டீங்களே, "என்று கூறிய மரகதத்திடம், "அந்த கண்டாரோலி மவன்தான் யாருனு தெரியலயே, மக சாவுற வர அந்த தேவுடியாளுக்கு பொறந்தவன யாருன்னே சொல்ல மாட்டேனுட்டாளே," என்று தனசேகரன் கொதிக்க, "அட நாசமா போற நாயி, இப்படி என் புள்ளய படுக்கப் போட்டுட்டானே என்று மீண்டும் புலம்பிய மரகதத்தை அங்கிருந்து கிளப்பி சந்தியாவின் உடலருகில் உக்கார வைத்து, வெளியேறிய பொன்னி "கந்தன பாத்தாச்சா" என்ற கேள்வியுடன் வெளியே வந்தாள். எழுந்து சென்ற முதியவர், வீட்டிலிருந்து ஒரு நூறு மீட்டர் நடந்து சென்று அலைபேசியில் அழைத்துப் பேசி, திரும்பினார். "கந்தே கெமிக்கல் கழுவுறதுக்கு போயிருக்கான் போல, கூட்டிகிட்டு வராய்ங்க" என்று பொன்னியிடம் வந்து சொன்னார் மூர்த்தி.

சின்னையனின் காதில் கந்தன் என்று பெயர் கேட்க, கண்ணீர் தாரை தாரையாக வடியத் தொடங்கியது. கந்தன் தனசேகரன் வயதுடையவன், அந்த ஊரில் கன்னிப்பெண்கள் மரணித்தால், அவர்களை கன்னி கழித்த பின்பே அடக்கம் செய்ய வேண்டும் என்ற வழக்கம் இருந்து வந்தது.

ஊருக்குள் வெங்கமேடு என்று சுடுகாட்டுக்கு அருகில் இருக்கும் மேட்டுப் பகுதியில் வசிக்கும் ஒரு குறிப்பிட்ட சமூகத்தைச் சேர்ந்த உட்பிரிவு. இவர்கள் கன்னிப் பிணங்களை புணர்ந்து அவர்களுக்கு மோட்சம் வழங்குவார்கள் என்பது ஐதீகம். " நீங்கெல்லாம் சிவன்

மாதிரிடா " என்று பல தலைமுறைகளாக அவர்களை இந்தத் தொழிலில் ஈடுபட வைத்திருந்தார்கள் ஊர் பெரியவர்கள். அவர்களை பொதுவாக வெங்கம் பயலுக என்று அழைப்பது அவ்வூர் வழக்கம், காலம் மாற அந்த சமூகத்தினரில் பலர் அவ்வூரை விட்டுச் சென்று, வெளியூர்களில் குடிபெயர்ந்தனர்.

அந்த சமூகத்தின் கடைசி குடும்பமாக இருந்தது காயாம்பின் குடும்பம். காயம்பிற்கு இரண்டு மகன்கள், கந்தன் மூத்தவன். அந்த காரணத்தினாலேயே காயாம்பின் வயோதிகத்தில் கந்தன் தனது தந்தையின் பிணம் தழுவுதல் தொழிலில் ஈடுபட நேர்ந்தது.

காயம்பிற்கு தனது மகனை அத்தொழிலில் ஈடுபடுத்த ஒரு பெரும் மனத்தடை இருந்த நேரத்தில் சின்னையன் அவரை சமாதானம் செய்து, ஊர் முறைக்காக கந்தனை அந்தத் தொழிலில் ஈடுபட வைத்தார். கந்தனின் இளைய சகோதரன் கருப்பு அவ்வூரை விட்டு வெளியேறி தனியாகப் பிழைத்து வந்தான். பிணம் தழுவுதல் என்ற தொழிலின் காரணமாக, நீண்ட நாட்களாக திருமணம் ஆகாமல் இருந்த கந்தனுக்கு, பக்கத்து ஊரைச் சேர்ந்த பருவதத்தை அவளது மகளுடன் திருமணம் செய்து வைத்தார் சின்னையன்.

கந்தனுக்கு ஒரு மகள் என இருவரையும் பேதமின்றி வளர்த்து வந்தான். கருப்பு அவ்வப்போது அண்ணனைச் சந்திக்க ஊருக்கு வருவான். அவனுக்குத் திருமணம் முடிந்து தீனதயாளன் என்று ஒரு மகன் இருந்தான்.

கந்தனுக்கு ஒரு வருடத்திற்கு முன் ஏற்பட்ட விபத்தில், இடுப்பெலும்பு பாதிக்கப் படவே, அடுத்ததாக யார் பிணம் தழுவுவது என்ற பேச்சிற்கு, தீனாவை கொண்டுவந்து நிப்பாட்டினர்; ஊர் பெரியவர்கள்.

அப்போதைக்கு வேறு வழியில்லை, கன்னிப்பெண்கள் இறப்பது வெகுவாக குறைந்து விட்டது; கடந்த மூன்று வருடங்களாக எந்த சாவும் அப்படி ஊருக்குள் விழுவதில்லை என்று பலர் கொடுத்த நம்பிக்கையில் கருப்பனும் கந்தனும் அந்தப் பொறுப்பை தீனாவிடம் ஒப்படைத்தனர். தீனா கல்லூரியில் வேதியியல் படித்துக் கொண்டிருந்தான்.

கந்தனுக்குத் திருமணம் ஆகாமல் இருந்த பொழுது, "நா வேணா உங்கள கல்யாணம் பண்ணிக்கிறேன்" என்று விளையாட்டாக

சொன்னவள் சந்தியா. சந்தியாவின் இறப்பைக் கேள்விப்பட்ட கந்னுக்கு, ஊருக்குள் இது போன்ற துர்சம்பவங்கள் நடக்கக் கூடாது என்று அனுதினம் வேண்டி வந்த வேண்டுதல்கள் நிறைவேறாமல் போனது ஒருபுறம் என்றால், சந்தியாதான் அந்தப் பெண் என்பது தாங்கிக் கொள்ள முடியாத அதிர்வைக் கொடுத்தது" ங்கோத்தா நீயெல்லாம் என்னா புண்டைக்கு சாமின்னு இருக்க," என்று தனது விருப்பக் கடவுளைத் திட்டியபடி, அங்கிருந்து கிளம்பி ஊர் நோக்கிப் பயணப்பட்டான் கந்தன்.

கருப்பனிடம் விஷயத்தைத் தெரிவிக்க, " நீ பூசைக்கு சாமான வாங்கிகிட்டு போ நா அவன கூட்டிகிட்டு வாரேன் " என்ற கருப்பன், தீனாவை அழைத்துக் கொண்டு ஊருக்குப் புறப்பட்டான்.

ஊருக்கு வந்த பின்பே விஷயத்தை கேள்விப்பட்ட தீனா, அதிர்ச்சியில் உறைந்து நிற்க, “புள்ள மொத தடவனு பயப்புடுது " என்று கூறி, தீனாவை அங்கிருந்து வெளியேறாமல் தனசேகரன் வீட்டிலேயே அடைத்து வைத்தனர் ஊரார்.

அதிர்ச்சியில் இறுகிப் போனவன் போல ஆனான் தீனா. கந்தன் சென்று தீனாவிடம் சில தொழில் நேக்குகளை சொல்லி அங்கிருந்து கிளம்ப, உள்ளே நுழைந்தார் கோவில் குருக்கள். நுழைந்தவர் நேரம் குறித்த சீட்டை பொன்னியிடம் கொடுத்துக் கிளம்பினார். "இந்த சடங்கு மட்டும் வேணாமே " என்று மரகதம் பொன்னியிடம் கெஞ்ச, "அரிப்பெடுத்த முண்ட இந்த வயசுலயே போய் ஊர மேஞ்சிருக்கு, இன்னும் கன்னிகழிக்காம எரிச்சு ஆவியா சுத்துறதுக்கா " என்று கூறி கூடியிருந்த பெண்களை அழைத்து சந்தியாவை தயார் செய்யும்படி ஆணையிட்டாள்.

சந்தியாவிற்கு கூரைப் புடவை உடுத்தி, உடல் முழுவதும் சந்தனம் தடவி, தலைநிறைய பூ வைத்து, உக்கார வைக்க, புதுப்பெண் போல மாறியிருந்தாள் சந்தியா. பட்டாசாலைக்கு அடுத்து இருந்த அறைக்குள் ஒரு புதிய பாய் விரித்திருக்க, அங்கே கிடத்தப்பட்டது சந்தியாவின் உடல். குளிர் பெட்டியில் இருந்து தூக்கியதில் அவளது தலையில் பட்ட காயத்திலிருந்து ரத்தம் மட்டும் கசியத் தொடங்கியது.

அந்த அறைக்குள் சென்று கிடத்தப்பட்டவுடன், அந்த கசிந்த ரத்தமும் நின்று விட்டது. கையில் வைத்திருந்த பூஜை சாமான்களுடன்

உள்ளே அனுப்பப்பட்டான் தீனா, கல்லாக உள்ளே சென்றவன், கதவை தாளிட்டு திரும்ப " தீனா " என்று ஒரு குரல் கேட்டது அதிர்ந்து போன தீனா, சட்டென திரும்பிப் பார்க்க, அவன் கண் முன்னே அமர்ந்திருந்தாள் சந்தியா. மூச்சு விடவும் மறந்து அழ ஆரம்பித்தான் தீனா ."சந்தியா ...." என்று கண்ணீர் மல்க அவள் முன் மண்டியிட்டு அமர்ந்தான். "என்னடி ஆச்சு உனக்கு, யாருடி இப்படி பண்ணது" என்று கேட்க, "அத விடு, என்ன உன்னட்ட காட்டாமையே தூக்கிருவானுங்கனு நெனச்சேன், நல்ல வேளையா நீ வந்துட்ட" என்று கூறி சந்தியா அவன் தோளில் சாய்ந்து, " எனக்கு உன்கூட சேர்ந்து வாழணும்னு ஆசையா இருக்குடா, " என்று கூறினாள். சந்தியாவைக் கட்டி அணைக்க முயற்சித்த தீனா தோற்றுப்போக, " நா மட்டுந்தான் உன்ன தொட முடியும்," என்று கூறி அவன் கையைப் பிடித்தபடி மீண்டும் அவனது தோளில் சாய்ந்தாள் சந்தியா.

சந்தியா தோளில் சாய்ந்திருக்க, அவளை முதலாவதாக பார்த்தது, பழகியது, கல்லூரியில் காதலைச் சொல்லியது என அனைத்தையும், சிந்தித்துப் பார்த்த தீனா, ஏதோ யோசித்தது போல தான் கையில் கொண்டு வந்திருந்த பூசை பொருட்களைக் கீழே கொட்ட, அதில் ஒரு மஞ்சள் கட்டிய தாலிக் கயிறும் வந்து விழுந்தது. இறந்த கன்னியை அம்மனாக பாவித்து அதற்கு அரிசி மாவில் ஒரு உருவம் பிடித்து தாலி கட்டிய பின்னரே, அந்த பிரேதத்தைப் புணர வேண்டும் என்பதே அவ்வூரின் மரபு.

அதற்காக உள்ளே இருந்த தாலியை வெளியே எடுத்தவன், சட்டென எதையும் யோசிக்காமல், சந்தியாவின் உடலில் கட்டிவிட, அமர்ந்திருந்த சந்தியா அவன் அருகே நின்று "என்னடா பண்ணிருக்க" என்று தீனாவிடம் கேட்க, அவளது உடலை இறுகக் கட்டிப்பிடித்த தீனா, " நீ தான் இந்த ஜென்மத்துல என் பொண்டாட்டி " என்று கூறி அவள் நெற்றியில் ஒரு முத்தமிட்டான்.

லேசாக அவள் உடம்பில் உணர்வு வந்தது போலத் தோன்றியது அவனுக்கு. " டேய் " என்று சந்தியாவின் குரல் கேட்க, " நா செத்தாலும் என் உடம்ப நீ மட்டுந்தான் பாக்கணும்னு சொன்னேனே, பாத்தியா பலிச்சிருச்சு, " என்று சந்தியா கூற, கண்களைத் துடைத்து மூச்சை ஒரு முறை இழுத்து அவளருகில் அமர்ந்தவனிடம் " என்னடா யோசிக்கிற" என்றவளிடம், " உன்ன யாரு இப்படி பண்ணது " என்று

தீனா கேட்க, "எங்கப்பாதான்" , என்றவள் " நான் உன்கூட முந்தாநாளு பேசிட்டிருந்தத என் சித்தப்பா ஃபிரெண்டு பார்த்து வீட்ல போட்டுக் கொடுத்துட்டாரு , அன்னைக்கு வீட்டுக்கு வந்தோனே செம பிரச்னை" நீ யாருனு அவுங்களுக்குத் தெரியல, உன்ன யாருனு கேட்டு நா பதில் சொல்லாததால,என்ன இந்த ரூமுக்குள்ள வெச்சு டார்ச்சர் பண்ணாங்க, நா அந்த செவத்தோரமா நிக்கிறப்போ, " என்று அங்கிருந்த சுவரைக் காட்டியவள், அதிலிருந்த ஆணியைக் காட்டி, "என் அப்பா என் கழுத்தப் பிடிச்சு தள்ளும்போது என் பின்னந்தல அந்த ஆணில அடிச்சிருச்சு ", என்று கூறி முடித்த சந்தியாவை பாவமாகப் பார்த்த தீனா, " நானும் உன் கூடவே வந்திடவாடி " என்று கேட்க, ப்ளீஸ் தீனா, நீ எங்க இருந்தாலும் நா உன்ன வந்து பாப்பேன், சொல்லப்போனா இப்பதான் என்னால உன் கூடவே இருக்க முடியுது " என்று கூறிய சந்தியா " சரி நேரம் ஆச்சு என் உடம்புல இருக்குற சந்தனத்தை உன் உடம்பு ஃபுல்லா பூசிட்டு வெளில போ, நம்ம நாளைக்கு பாக்கலாம்," என்று கூறி தீனாவை துரிதப்படுத்தி அனுப்பியது சந்தியாவின் ஆத்மா.

கண்ணீருடன் வெளியே வந்த தீனா அந்த இடத்தை விட்டு வெளியேற, அடுத்த நாள் காலை இறுதிச் சடங்குகள் முடிப்பதற்கு சந்தியாவின் உடலை அறைக்குள் இருந்து வெளியே எடுக்க, கழுத்தில் இருந்து விழுந்தது தாலி. உடலை கீழே போட்டபடி கையில் கிடைத்த அரிவாளுடன் புறப்பட்ட தனசேகரன், கந்தனின் வீட்டைs சென்றடைய, தூக்கில் தொங்கியிருந்தான் தீனா.

ஆத்திரம் தாளாமல் தொங்கிய உடலை சரமாரியாக வெட்டித் தீர்த்தான் தனசேகரன், " வெங்கம்பய மவனே, " என்று கூச்சலிட்டு.

2.
உச்சம்

வழக்கமாக காலை ஒன்பதரை மணிக்குள்ளாக அலுவலகம் வந்து சேரும் சசிகுமார் அன்று, மிக தாமதமாக பதினொன்றரை மணிக்கு மேலாக வந்து சேர்ந்தான். அது ஒரு அக்டோபர் மாத மத்தியில் வரும் திங்கட்கிழமை.

வாரம்தோறும் திங்கள் அன்று சசிக்கு வாடிக்கையாளர் அழைப்பு இருப்பது வழக்கம். பொதுவாகவே திங்கட்கிழமைகள் பணியாளர்களின் பகைவனாகவே பார்க்கப்பட, பணிச்சுமை அதிகம் இருந்தால் அதை சொல்லி விவரிக்க வேண்டிய அவசியமில்லை.

ஏற்கெனவே தனது வேலைகளை இரண்டு மணி நேரம் தாமதமாகத் தொடங்கியதால் மேலாளர் ஜனனி அரை மணி நேரத்திற்கு ஒரு முறை சசியிடம் வேலையின் முன்னேற்றங்களைக் கேட்டுக் கொண்டே இருக்க, பெயரளவில் "இதோ முடித்து விடுகிறேன்" என்று கூறி அன்று காலை வந்த நொடி முதல் யாரிடமும் பேசாமல், எதற்கும் செவிசாய்க்காமல், எங்கும் நகராமல் இருக்கையிலேயே அமர்ந்திருந்தான் சசி.

நண்பனுக்காக சுந்தர் எடுத்து வந்த தேநீர் குவளையில் ஆடை படிந்து யாராவது தன்னை கீழே ஊற்றுவார்களா என்று காத்துக் கொண்டிருந்த வேளையில், சசியின் இருக்கைக்கு அருகில் வந்த சுந்தர், "டேய் மாமா என்னடா இன்னும் டீ குடிக்காம உக்காந்திருக்க, என்ன மாமா எனி ப்ராப்ளம், ஜனனி வேற செம மூட் அப்செட் போல, ஒரு அப்டேட்ஸ்ம் வரலன்னு இப்பத்தான் பி எம் கிட்ட சொல்லிட்டு இருக்காங்க," என்று சசியிடம் கேட்க, "ஒண்ணுமில்ல மாமா, இன்னைக்கு இவ்ளோதான் போனவாரம் முடிச்சத வெச்சு மேக் ஓவர் பண்ணட்டும், எனக்கு கொஞ்சம் உடம்பு சரியில்ல, "என்று சுந்தரிடம் கூறினான் சசி. "பாத்துக்க மச்சி கால்ல பிரசாத் உக்காந்துருப்பான்,

ஏதாச்சு கேள்வி மயிரா கேட்டு டார்ச்சர் பண்ணுவான், எதையாச்சு ஒப்பேத்தி அனுப்புயா" என்று கூறி சுந்தர் தன் இருக்கைக்குத் திரும்பினான்.

சுந்தர் திரும்பிய பிறகும், சசியால் பணியில் கவனம் செலுத்த இயலவில்லை. கைபேசியில் நேரத்தைப் பார்க்க, நேரம் மதியம் ஒரு மணியை நெருங்கி இருந்தது. இன்று தன்னால் அழைப்பைக் கையாள முடியாது என்று தனக்குள் யோசித்துக் கொண்டு, தனது அலுவலக உரையாடல் செயலியில் ஜனனியிடம் உடல் நலம் சரியில்லாததாகக் கூறி விடுப்பு கேட்டான். "கேன் யூ ப்ளீஸ் கம் இன்சைடு" என்று ஜனனி பதிலனுப்ப, எழுந்து ஜனனி இருக்கையை நோக்கிச் சென்றான் சசி. "வாட் சசி உடம்பு சரியில்லையா" என்று ஜனனி கேட்க, "ஆமா ஜனனி, ஊர்ல இருந்து லேட் நைட்ல கௌம்புனேன், அதனாலத்தான்" என்று தயங்கியபடி ஜனனியிடம் பேசிக்கொண்டிருக்க, சசி கூறுவது பொய் என்று அறிந்திருந்த ஜனனி, "ப்ளீஸ் சசி நா வேணா கொஞ்ச ஒர்க்க ஷேர் பண்ணிக்கிறேன். பட் இன்னைக்கு கொஞ்சம் அப்டேட்ஸ் கண்டிப்பா கொடுக்கணும். இல்லனா பிரசாத் பத்திதான் உங்களுக்குத் தெரியுமே என்று ஜனனி பேசிக்கொண்டிருக்கையில், சசியின் கைபேசிக்கு ஒரு அழைப்பு வந்தது. தனது இருக்கைக்கு வந்து கைபேசியை எடுத்துப் பார்த்தவன், இன்னும் மனச்சோர்வடைந்தவன் போல தனது அலைபேசியை தனது கையோடு எடுத்து மீண்டும் ஜனனி அருகில் வந்து நிற்க, மீண்டும் ஒலித்தது அலைபேசியின் அழைப்பு மணி.

முகத்தில் ஒட்டுமொத்த வெறுப்பையும் கொண்டு வந்து வைத்துக் கொண்டு அந்த அழைப்பைத் துண்டித்து, "ப்ளீஸ் ஜனனி இன்னைக்கு என்னால கண்டிப்பா கால் எடுக்க முடியாது," என்று மீண்டும் தெரியப்படுத்த, ஏதும் பேசாத ஜனனி சசியிடம் இருந்த படபடப்பை சற்று நிதானித்து உற்று கவனிக்க ஆரம்பித்தாள். "இட்ஸ் ஒகே சசி நீங்க போங்க வில் கம் தேர் இன் எ மினிட்" என்று கூறி சசியை அவன் இடத்தில் அமரச் செய்து, தொலைபேசியில் சுந்தரை அழைத்து சசியைப் பற்றி வினவ ஆரம்பித்தாள் ஜனனி.

ஜனனி இயற்கையாகவே தனது சக பணியாளர்களின் நடவடிக் கைகளை ஆராய்பவள். அவளுக்கு பழக்கம் இல்லாதவர்கள் ஏதேனும் குழப்பத்தோடு அமர்ந்திருந்தாலும் கூட, தானே முன்வந்து அவர்களிடம் பேச எத்தனிப்பாள்.

ஒரு சிலரைத் தவிர பெரும்பாலானோர் ஜனனியுடனான உரையாடலுக்குப் பின் அவர்களின் மன அழுத்தங்களில் இருந்து

விடுபடுவர். அத்துடன் அவர்கள் ஜனனியுடன் நட்புறவோடு இருப்பர். ஜனனிக்கு அவ்வாறான ஒரு குணம். சசியின் அன்றைய நடவடிக்கைகள் அவன் ஒரு மிகப் பெரிய மனப் போராட்டத்தில் உள்ளதை அப்பட்டமாகக் காண்பித்தது.

ஜனனியின் இருக்கைக்கு அருகில் வந்த சுந்தரிடம், "கீழ கஃபேடீரியால வெயிட் பண்ணுங்க டூ மினிட்ஸ் வந்துடுறேன்" என்று கூறி தனது மடிக்கணினியில் பணிகளைத் தொடர்ந்து கொண்டிருந்தாள்.

ஜனனியும் சுந்தரும் ஒரே வாடிக்கையாளருக்காக ஒன்றாக வேலை பார்த்தவர்கள். ஆதலால் அவர்களுக்குள் எப்போதும் ஒரு தோழமை உண்டு. சொல்லப்போனால் சுந்தரின் குறிப்பிடலில்தான் ஜனனியின் ப்ராஜெக்ட்டுக்குள் சசி வந்தான்.

அப்போதே ஜனனியிடம் அவன் யாரோடயும் அவ்ளோ சீக்கிரம் மிங்கில் ஆக மாட்டான் என்று தெரிவித்திருந்தான் சுந்தர். அதை மனதிற்குள் வைத்துக் கொண்டு மடிக்கணினியை மூடி வைத்து விட்டுக் கீழே சென்றாள் ஜனனி. கீழே அமர்ந்திருந்த சுந்தரின் தோளை ஓங்கித் தட்டியபடி அவனுக்கு எதிரில் வந்து அமர்ந்தவள் என்ன ஆர்டர் பண்ணி இருக்க என்று கேட்க, ஏய் நீ வரட்டும்னுதான் ஒக்காந்திருக்கேன் என்று பதில் சொன்ன சுந்தரிடம் சரி எனக்கு ஒரு காபி என்று கூற சுந்தர் சென்று இரண்டு காபி வாங்கி வந்து அமர்ந்தான்.

அப்பறம் ப்ராஜெக்ட்டலாம் எப்படிப் போகுது என்று ஆரம்பித்தான் சுந்தர். ஏன்? உனக்குத் தெரியாதா, வெச்சு சாவடிக்கிறான் அந்த பிரசாத். அவனுக்கு டெக்னாலஜியும் தெரியல, கிளையன்ட் பிளேஸ்ல ஒக்காந்து நம்ம உயிர வாங்குறான். இன்னைக்கும் கால் இருக்கு உனக்கு நல்லா பொழுது போகும் என்று கூறி முடித்த கையோடு, ஒரு முறை காபி கோப்பையை சுவைத்து, "இதுல உன் ஃபெரெண்டு வேற, மன உளைச்சலோட மொத்த உருவமா உக்காந்திருக்கான். அவனுக்கு என்னதான்டா ப்ராப்லெம் ரெண்டு நாள் ஒழுங்கா இருக்கான், மூணாவது நாள் மூஞ்ச தூக்கி ஸீலிங் மேல லேண்ட் பண்ணிட்டு உக்காந்திருக்கான்," என்றவளிடம் "ஏய் நீ முன்னமே அவனப் பத்தி கேப்பனு நெனச்சேன், இப்பலாம் நீ கௌன்செலிங் வேலைய கவனிக்கறதே இல்ல போல" என்று நக்கலடிக்க, இந்த ப்ராஜெக்ட் ஆரம்பிச்சதுல இருந்து நானே மன உளைச்சலோட தான் இருக்கேன், இதுல உனக்கு நக்கலா இருக்கு என்றவளிடம் "ஏய் சும்மா கேட்டேன், நம்ம பிஎம்க்கு கூட தெரிஞ்சிருக்கு உன்னப் பத்தி, அதான் பிரசாத் ப்ராஜெக்ட்ல உன்ன கோர்த்து விட்டுருக்காரு" என்று சொல்லி

சிரித்தவனிடம், "யப்பா சாமி மொக்க போடாத, வேல தலைக்கு மேல இருக்கு, ரொம்ப பேசுன மவனே டேட்டா ரிசோர்ஸ் ஒருத்தர் வேணும்னு உன்ன உள்ள இழுத்து விட்ருவேன் பாத்துக்கோ." என்று ஜனனி கூற, "அம்மா தாயே இப்ப என்னா வேணும் சொல்லு" என்று கேட்ட சுந்தரிடம், "சசிக்கு இன்னைக்கு என்ன ஆச்சு..? டெக்னிக்கலி அவனோட ஒர்க் செம பட் கன்சிஸ்டென்சியே இல்ல. வேற ப்ராஜெக்ட்ல இருந்திருந்தானா இந்நேரம் வேலைய நல்லா வாங்கிட்டு கழட்டி விட்ருப்பாங்க, இவன்தான் இவ்ளோ வேல செஞ்சான்னு கூட யாருக்கும் தெரியாது" என்று ஜனனி ஆரம்பிக்க, அவன் எப்பவுமே இப்படித்தான் ஜனனி நல்ல பையன் ஆனா அவனோட பேமிலி சிட்டுவேஷன் அவன ரொம்ப சங்கடப் படுத்துது என்றான்.

ஏண்டா என்ன பிரச்னை என்று கேட்ட ஜனனியிடம், "அவனுக்கும் எனக்கும் சேம் ஏஜ் கிட்டதட்ட எங்க செட்ல எல்லாருக்கும் கல்யாணம் ஆகிடுச்சு, அவன் ஒருத்தன்தான் பாக்கி" என்று பேசியவனை நடுவில் நிறுத்தி, ஏன்டா இதெல்லாம் ஒரு பிரெச்சனையாடா என்றவளிடம், முழுசா கேளு என்று கூறி மீண்டும் பேச ஆரம்பித்தான் சுந்தர். "அவனுக்கு ஒரு அக்கா, ஒரு தம்பி, அக்காக்கு ரொம்ப லேட் மேரெஜ், இப்பதான் ஒரு ஆறு மாசம் ஆகுது. அதுக்கு காரணம் அவனோட தம்பி தான்.அவன் தம்பி மென்டல்லி சேலன்ஞ்டு பெர்சன், அவனாலதான் சசி இப்படி இருக்கான். பெருசா ஃபிரெண்ட்ஸ் பழக்கம் கிடையாது, யாரையும் வீட்டுக்கு கூட்டிட்டு போக மாட்டான். எப்பவுமே அவன் தம்பிய கரிச்சுகொட்டிக்கிட்டு இருப்பான். ஆனா பாவம் அது எல்லாமே தம்பிய வேற யாராச்சு ஏதாவது சொல்லிருவாங்களோனு அவனுக்கு ஒரு எண்ணம். அதனால சசியே அவன் தம்பிய பயங்கரமா திட்டுவான், லாஸ்ட் வீக் எண்டு கூட பொண்ணு பாக்கபோறதா சொல்லித்தான் கௌம்பி போனான்" என்று சொன்னவனைக் கூர்ந்து கவனித்துக் கொண்டிருந்தாள் ஜனனி.

மேலும் பேச்சைத் தொடர்ந்த சுந்தர், அதுல ஏதோ பிரச்னை, அதுனாலதான் இப்படி இருப்பான்னு நினைக்கிறேன் என்று கூறி முடிக்க, ஜனனியும் சற்று அமைதியானாள். சசியை கூப்பிட்டு பேசலாமா என்றாள் சிறிது தயக்கத்தோடு.

அரை நொடி யோசனைக்குப் பிறகு, ஜனனி அவன் எப்படி ரியாக்ட் ஆவான்னு எனக்கு தெரியல. நாங்க எப்பயாச்சும் அவன கன்சோல் பண்ண ட்ரை பண்ணும் போதெல்லாம், பயங்கர கோபமா அவன் தம்பிய திட்டிதான் ஆரம்பிப்பான் என்ற சுந்தரிடம், "பாவம் அவன்

என்னடா செஞ்சான், அவன திட்றதுக்கு என்ன இருக்கு?" என்று கேட்ட ஜனனியிடம், அதெல்லாம் சசிக்கு புரியாது, இவனுக்கு என்ன பிரச்னை வந்தாலும் அவனதான் காரணமா பார்ப்பான். என்று சுந்தர் கூறி முடிக்க, ஏதும் யோசிக்காமல் தனது அலைபேசியை எடுத்து தங்கள் குழுவின் டெஸ்க் தொலைபேசிக்கு அழைத்து சசியிடம் இணைக்குமாறு தெரிவிக்க, இணைப்பில் வந்த சசியிடம் "சசி கொஞ்சம் கஃபேடீரியாக்கு வர முடியுமா..? என்று ஜனனி கேட்க, சிறிது யோசனைக்குப் பிறகு "இதோ வரேன்" என்று கெளம்பி கீழே இறங்கினான்.

கீழே வந்த சசி, தூரத்தில் அமர்ந்திருந்த சுந்தர் மற்றும் ஜனனியை கண்டவுடனேயே தான் வரவைக்கப்பட்டதன் காரணத்தை புரிந்து கொண்டான்.

இருந்தும் அருகில் வந்து "சொல்லுங்க ஜனனி" என்று கூறி முடிக்கும் முன்பே மீண்டும் அவனது கைபேசிக்கு ஒரு அழைப்பு வர, தனது கால்சட்டையின் பையில் இருந்த கைபேசியை எடுத்து பார்த்ததும் கண்கள் சிவக்க கோபம் கொப்பளித்து, அழைப்பை எடுக்க, "சாப்டியா சாமி" என்று சசியின் தாய் கேட்க, "நீ கொஞ்சம் போன வெக்கிறியா இனி போன் பண்ணாத தேவைனா நானே கூப்பிடுறே" என்று கூறி அழைப்பைத் துண்டித்த அடுத்த கணம்தான் சிந்தித்தான் தனக்கு முன்னால் ஜனனியும் அமர்ந்திருக்கிறாள் என்று.

மிகுந்த அவமானத்துடன் கைபேசியை மேஜையில் வைத்தபடி மீண்டும் "சொல்லுங்க ஜனனி" என்று ஆரம்பித்தான் சசி. சசி ப்ளீஸ் காம் டவுன். இப்பதான் சுந்தர் உங்க பேமிலி பத்தி முழுசா சொன்னான்" என்று ஜனனி கூற, அருகில் அமர்ந்திருந்த சுந்தரை ஒரு பார்வை பார்த்து தலையை கீழே குனிந்த சசியிடம், "இதெல்லாம் ஒரு விஷயமே இல்ல சசி, இதுக்காக நீங்க ஒங்க கேரியரையே ஸ்பாயில் பண்றீங்க உங்களுக்கு அது புரியுதா?" என்று பேச்சை ஆரம்பித்தவள், "நீங்க இந்த ப்ராஜெக்ட்குள்ள வர்றது வர உங்களோட டெக்னிக்கல் ஸ்கில் எனக்கும் தெரியாது, இவ்ளோ ஸ்கில்ட் டெவலப்பர் இப்படி தேவை இல்லாம வாழ்க்கையை வேஸ்ட் பண்ணலாமா" என்ற ஜனனியின் கேள்விகள், சசியை சற்று அமைதிப்படுத்தியது. காரணம் இதற்கு முன்னதாக சசியிடம் இந்த பாணியில் ஆறுதல் தெரிவித்தோரே இல்லை எனலாம்.

இருந்தும் அவன் மனம் முழுவதுமாக நீர்க்க மறுத்தது. ஒரு செறிவான கோபமும், அது வெளிக்காட்ட முடியாத குழப்பமும்

அவனது அசைவுகளில் தெரிந்தது. அதை கவனித்த ஜனனி அவனை நிதானிக்கும் படி தெரிவிக்க, பேச வார்த்தைகளின்றி, சற்று நிதானித்து நிலைகுலைந்து விடுவோமோ என்ற எண்ணத்தோடு தனது கண்களை அகல விரித்து மேலே பார்த்து மீண்டும் கீழே குனிந்து, பற்களை நறநறவென கடித்து, தன்னை சற்று ஆசுவாசப்படுத்திக் கொண்டு, சரி ஒகே விடுங்க என்று கூறி, வேற ஒண்ணுமில்லயே என்றான் சசி.

சசி மனதில் எதோ ஒரு ஆழ்ந்த சிக்கல் ஏற்பட்டிருக்கிறது என்பதைப் புரிந்து கொண்ட ஜனனி “உக்காருங்க சசி நீங்க இப்படியே மனசுக்குள்ள வெச்சு புழுங்குறதால எந்த ப்ரயோஜனமம் இல்ல, ப்ளீஸ் கம் அவுட், உங்களுக்கு என்னட்ட ஏதாச்சு ஷேர் பண்ணா உங்க மனசு கொஞ்சம் பிரீ ஆகும்னு நினைச்சீங்கன்னா ப்ளீஸ் ப்ரோஸீட்” என்ற ஜனனியிடம், “இல்லங்க ஐ ஆம் நாட் யூஸ்டு டூங்க ப்ளீஸ் லீவ் இட்” என்று சசி கூற, “ப்ளீஸ் ஸ்டார்ட் டூ பீ யூஸ்ட், நீங்க இப்படி இருக்குறதுல உங்களுக்குத்தான் மனச்சிக்கல் அதிகம் என்று ஜனனி கூற, அருகில் அமர்ந்திருந்த சுந்தர் " டேய் மாமா ஜனனி டீம்ல உன்ன நா ரெஃபர் பண்ணதே, அவள்ட்ட ஒரு தடவ நீ பேசுனீனா உனக்கு கிளாரிட்டி கெடைக்கும்னுதாண்டா. அதுனால தயங்காத உனக்கு என்ன பேசணும்னு தோணுதோ பேசு, உன்னையவோ உன் குடும்பத்தையோ நாங்க கண்டிப்பா கேலியா பாக்க மாட்டோம்” என்று சுந்தர் கூறி முடிக்க, சிரித்துக்கொண்டு சசி எத சொல்லச் சொல்ற, என்று சலிப்போடு பேசத் துவங்கினான்.

அவன் பேசுவோம் என்று மனநிலைக்கு வந்த தருணம் மீண்டும் கைபேசியில் அழைப்பு வர, கானல் நீருக்கு வண்டியை ஒதுக்கியவன் போல பேச்சை நிறுத்தினான். கைபேசியை பார்த்த சுந்தர் டேய் அம்மா நம்பர் தானடா, எடுக்குறதுக்கு என்ன என்று சசியிடம் கேட்க,

தயவு செஞ்சு எதுவும் கேக்காத, அந்த பொம்பளையெல்லாம் நா மனித பிறவிலையே சேக்கல, என்ற சசியின் கூற்று ஜனனியின் முகத்தை சற்று மாற்றியது. “டேய் கொஞ்சம் பொறுமையா பேசு” என்று ஜனனி இருப்பதை மீண்டும் சசிக்கு சுந்தர் நினைவூட்ட, “விடுங்க சசி கொஞ்ச நேரம் எதையும் யோசிக்காதீங்க, கண்டிப்பா எந்த பிரச்னையா இருந்தாலும் இந்த டேபிள தாண்டி வெளில போகாது. என்னால முடிஞ்சா உங்களுக்கு ஹெல்ப் பண்றேன்” என்ற ஜனனியின் கூற்று சசியை சற்று ஆசுவாசப்படுத்த, மெல்ல தன் பேச்சை ஆரம்பித்து தனது குடும்பம் பற்றிய சுந்தர் தெரிவித்த அதே அறிமுகத்தைக் கூறி முடித்தான் சசி.

“இதுல என்னாங்க பிரச்னை, எல்லாரும் மாதிரியும் உங்க தம்பியும் ஒரு மனுஷன்தானங்க, அவரை நீங்களே இவ்ளோ வெறுத்துப் பேசுனீங்கனா என்னா பண்றது” என்ற ஜனனியிடம், அவனை வேற யாரும் அசிங்கமா பாத்துர கூடாதுங்களே, அதுதான் என்று கூறி மீண்டும் அமைதியானான்.

“சரிடா இது எப்பவும் இருக்குறதுதான இன்னைக்கு என்ன ஆச்சு காலைல வந்ததுல இருந்து ரொம்ப மூட் அவுட்டா இருக்குற, சம்மந்தமே இல்லாம அம்மாட்ட ஏன்டா போன்ல அப்புடி கத்துற, வாரா வாரம் உன் தம்பியப் பாக்குற உனக்கே இப்படி இருந்தா டெய்லி அவனோட பொழுதக் கழிக்குறாங்களே அவுங்கல என்ன சொல்றது” என்று சுந்தர் சற்று வேகத்துடன் கேட்க, “அம்மான்னு சொல்லிட்டோன ரொம்ப பொங்காதீங்கடா, அந்த ஜென்மம்லாம் அங்க நல்லா என்ஜாய் பண்ணிட்டுதான் இருக்கு” என்று சற்றே வேகமாக பேசிய சசியின் பதிலுக்கு சுந்தர் சற்று மூர்க்கமாக, “இங்க பாரு ஏதாச்சு அசிங்கமா சொல்லுவேன் பாத்துக்க, ஒரு பொண்ணு பாக்க போயிட்டு ஒகே ஆகலைனு காலைல இருந்து காண்டுல சுத்துற நீ, உங்க அம்மாவ பேசலாமா,” என்று வேகத்துடன் கேட்டு முடிக்க, மேலும் பேசாமல் சுந்தரை தடுத்த ஜனனி “நீங்க சொல்லுங்க சசி” என்று சசியிடம் கேட்டாள்.

ஏதோ ஒருவித அருவருப்பான செயலை விளக்குவது போல் யோசித்த சசி, சிறிது நேரம் தலையை குனிந்தபடி யோசித்து, மீண்டும் ஜனனியை நோக்கி, " ப்ளீஸ்ங்க எனக்கு எப்படி இத பொதுவெளில சொல்றதுன்னு தெரியல, சோ ப்ளீஸ் விட்டுடுங்க” என்று கூற, ஏங்க எவ்ளோ பெரிய பிரச்சினையா இருந்தாலும் வெளில யார்கிட்டயாவது பேசுனாதான் சால்வ் ஆகும். நீங்க இப்படி இருந்தீங்கன்னா அது உங்களைத்தான் ரொம்ப பாதிக்கும், நாளைக்கு நீங்க சொல்லலாம்னு நினைக்கிறப்ப உங்க கஷ்டத்த ஷேர் பண்ணிக்க ஆள் இல்லாம போயிடலாம். அப்பறம் காலத்துக்கும் உங்க மனசுல இருக்குற குழப்பம் விடையில்லாம அப்படியே இருக்கும்” என்று ஜனனி கூற, எண்ணத்தில் சிறு தெளிவு கிடைத்தவனைப் போல் மெல்ல இறக்க ஆரம்பித்தான் அவனது மனதின் சுமைகளை.

ஆங்காங்கே சிறு மௌனங்களுடன் தெளிவில்லாமல் தனது பேச்சைத் துவங்கியவன், “என் தம்பிய பத்தி உங்கள்ட்ட சொல்லிட்டேன், எனக்கு அவன வெச்சு நிறைய காம்ப்ளிகேஷன்

இருக்கு. அதுல ரொம்ப குறிப்பா நானும் என் அக்காவும் ரொம்ப ஒதுக்கப்பட்டோம்.

என் ஒரு ஆளுக்கு மட்டும்தான் ரொம்ப பயப்படுவான், காரணம் ஏதாச்சு பண்ணனா அடி தோலை உரிச்சிருவேன். ஆனா நாங்க அவன எங்கேயும் விட்டுக் கொடுத்தது கிடையாது. அவன் என்னங்க பண்ணுவான் பாவம், முந்தாநாள் வர அவன் அப்படி இருக்குறது மட்டும்தான் என் வாழ்க்கையோட ஒரே பிரச்சனையா இருந்தது. ஆனா நேத்து ஒரு சராசரி வீட்ல ஒருத்தன் என்னலாம் பாக்கக் கூடாதோ அதை பார்த்தேன் என்னால அதிலிருந்து வெளில வர முடியல, என்று கூறியவன் ஒரு சிறு இடைவெளியில், மீண்டும் ஒரு பெருமூச்சு விட்டு தலையை மேலே தூக்கி கண்களை அகல விரித்து, பற்களைக் கடித்து தன்னை சாந்தப்படுத்தி கொண்டான்.

எங்கே தன் தோழன் அழுது விடுவானோ என்று தோளை இறுக்கி அணைத்த சுந்தரை, கையசைத்து வேண்டாம் என்று தெரிவித்த ஜனனி, "இட்ஸ் ஒகே சசி என்ன ஆச்சு, வீட்ல வேற ஏதாவது பிரச்சனையா?" என்று மீண்டும் ஜனனி கேட்க, "ச்..." என்றவன், "என்னோட அம்மா என் தம்பியோட இருக்குறத நேத்து நான் பாத்துட்டேன் ...... என்று தன்னால் அடக்க முடியாத கண்ணீரை சற்று வெளியேற்றி, மனத்திற்குள்ளாக பற்களைக் கடித்தபடி தனது தாயை தேவனுக்கு அடியாளாக்கி, வெளியே சத்தம் கேட்காமல் முணுமுணுத்துக் கொண்டான்.

சுந்தரால் சசி கூறுவதை ஏற்றுக்கொள்ள முடியவில்லை. இருந்தும் சசிக்கு ஏதேனும் ஆறுதல் தெரிவிக்கவோ, அல்லது அவனைத் தேற்றவோ முடியாமல் உறைந்து நிற்க வைத்திருந்தது அவன் மனம்.

சசி கூறியவற்றை கேட்ட ஜனனி, பொறுமையாக அமர்ந்திருந்ததை பார்க்கையில் சசி இவ்வாறான ஒரு சம்பவத்தைதான் கூறப் போகிறான் என்று முன்னமே அறிந்தது போல பெரிதாய் உணர்ச்சிகளைக் காட்டாமல் இருந்தாள் அவள்.

சரியாக ஐந்து நொடி அமைதிக்குப் பின், "சேர்ந்து இருந்தாங்கனா கொஞ்சம் என்னன்னு சொல்ல முடியுமா..?" என்று ஜனனி கேட்க, அக்கேள்வியை ஒரு பெண்ணிடம் இருந்து எதிர்பாராத சசி சற்று தயக்கத்துடன் "சேர்ந்து இருந்தாங்க அவ்ளோதான். என் தம்பி ட்ரெஸ் இல்லாம நின்னு, அது மேல கைய வச்சிட்டு இருந்தான்" என்று கூறி தனது தோளை ஒரு முறை குலுக்கி தலைமீது கை வைக்க,

அவ்ளோதானா சசி உங்க குழப்பம் என்ற ஜனனியின் கேள்வியை, சாலையில் முளைத்த திடீர் வேகத்தடை போல மிரண்டு பார்த்த சுந்தர், ஏதும் பேச்சை ஆரம்பிக்கும் முன்னர், சரி சசி இன்னைக்கு ஆஃப் எடுத்துக்கங்க, வீட்ல போய் நல்லா ரெஸ்ட் எடுங்க. பிரசாத்தை நான் சமாளிச்சுக்கறேன். நீங்க இன்னைக்கு நைட் ஒரு ஒன்பது மணிக்கு என் வீட்டுக்கு வர முடியுமா..?" என்று கேட்டாள் ஜனனி.

எதற்கு என்ற தொனியில் பார்த்த சசியிடம் தனது வீட்டு முகவரியை கைபேசியில் அனுப்பி சுந்தரைப் பார்த்து " முடிஞ்சா நீயும் வா " என்று சொல்லி, அவ்விடத்தை விட்டுக் கிளம்பினாள் ஜனனி.

சசியின் தோலில் கையை வைத்து இறுகப் பிடித்து ஏதும் பேசாமல் சுந்தரும் அவ்விடத்தை விட்டுக் கிளம்பினான். தனது அறைக்குச் செல்ல மனமில்லாத சசி அங்கேயே சிறிது நேரம் அமர்ந்து யோசித்துப் பார்க்கையில், அவனது மனதாற்றங்கரை கலங்கலின்றி சற்று தெளிவாக இருக்க, சசியும் கிளம்பி அலுவலகம் உள்ளே சென்று முடிந்த வரை தனது பணிகளை முடித்து இரவு ஜனனி தன்னை வீட்டிற்கு அழைத்ததை ஏனென்று யோசித்துக் கொண்டிருந்தான்.

சசிக்கு ஒன்று மட்டும் தெளிவாகத் தெரிந்தது, அவனின் இந்த குழப்பத்துக்கு ஜனனி விடை கண்டுபிடித்திருக்கிறாள் என்று. அவள் சசியின் அகக்குழப்பத்தை மிக எளிதாகக் கையாண்டதாக சசி கருதினான், ஆகையால் இரவு பணி முடிந்து அவள் வீடு திரும்பும் நேரம் வரை அலுவலகத்திலேயே இருந்தான்.

சரியாக எட்டேகால் மணியளவில் ஜனனி வீட்டிற்குக் கிளம்ப, சசியிடம் என்னங்க சசி ஆஃப் கொடுத்த பிறகு சட்டுனு ஆபீஸ் வந்துடீங்க, என்று சிரித்தபடியே கேட்கும் தருணத்திலேயே சுந்தரும் அங்கு வந்து சேர, “சரி நா கிளம்புறேன். கீழ கேப் நிக்கும், நீங்க ரெண்டு பேரும் உங்க வண்டில வந்துருங்க” என்று கூறி நகர்ந்தவள், சுந்தர் ரொம்ப லேட்டாக்கிராதீங்க என்று சொல்லிவிட்டு வேகமாக தனக்காக காத்திருந்த மின் தூக்கியில் ஏறிக் கிளம்பினாள் ஜனனி.

தாமதிக்காமல் உடனே சுந்தரும் சசியும் அங்கிருந்து கிளம்பினர், ராமாவரத்தில் இருந்து மேற்கு சைதாப்பேட்டை நோக்கி கூகிள் வரைபடத்தை பார்த்தபடி சுந்தரும் சசியும் ஒரே வண்டியில் ஜனனியின் வீடு அமைந்திருந்த கவரைத் தெருவை அவளுக்கு முன்பே வந்து சேர்ந்தனர்.

அடுத்த இருபது நிமிடங்களில் சரியாக ஒன்பது மணிக்கு ஜனனி கவரைத் தெருவை வந்து சேர தெரு முக்கில் இறங்கி மூவரும் நடந்து வீட்டு வாசலை வந்து அடைந்தனர், வாசலில் காத்திருந்த மஹேஸ்வரி "சரிம்மா நா கிளம்புறேன் நீங்க வரதுக்குத்தான் வெயிட் பண்ணேன்" என்று சொல்லி அங்கிருந்து கிளம்பினாள். உள்ள வாங்க என்றவள் கதவை திறந்துத் உள்ளே அழைத்துச் சென்று இருவரையும் பொது அறையில் அமரவைத்து விட்டு "டூ மினிட்ஸ்" என்று கூறி உள்ளே இருந்த அறைக்குச் சென்றாள் ஜனனி. "அப்பா எந்திரிச்சுக்கோ என் கலீஃக்ஸ் வந்திருக்காங்க" என்ற ஜனனியின் குரலால் சற்று தலைமுடியை ஒதுக்கி யார் வருகிறார்கள் என்று ஆவலோடு ஜனனி சென்ற வழியைப் பார்த்திருக்க, உள்ளிருந்து தன் தோளோடு சாய்த்து கைவைத்த பனியனுடன் நடக்க முடியாத ஒரு பெரியவரை ஜனனி தாங்கிக் கூட்டி வந்தாள்.

சுந்தர் அமர்ந்திருந்த சோபாவின் பின்புறம் நின்ற சக்கர வண்டியை அப்போதுதான் கவனித்தனர் இருவரும். வண்டியை இழுக்கப் போன சுந்தரை தடுத்து நிறுத்திய ஜனனி, "இட்ஸ் ஒகே சுந்தர் அப்பா நீட் சம் வாக்" என்று கூறி தன் தந்தையின் தலைமீது வருடி கூட்டி வந்து அவர்களின் எதிரில் அமர்த்தினாள்.

ஏதும் பேச முடியாமல் அமைதியாய் அமர்ந்திருந்தான் சசி. "அப்பா ஹாய் சொல்லு" என்று ஜனனி கூற அந்த வீட்டினுள் எதிரொலிக்கும் அளவுக்கு புரியாத ஒரு வணக்கத்தை சொன்னார் ஜனனியின் தந்தை.

ஒரே நிமிடத்திற்குப் பின், அமர்ந்திருந்த சோபாவில் இருந்து வழுக்கிக் கீழே வர மீண்டும் ஒரு சத்தம் எழுப்பினார். சுந்தருக்கு ஒரு அச்சம் அவரைப் பார்த்தவுடன், இதன் இடையிலேயே ஜனனி குளிர்சாதனப் பெட்டியில் இருந்து ஒரு குடுவை பானத்தை இருவருக்கும் கொடுக்க மூன்றாவது சத்தம் இன்னும் பெரிதாக வந்தது, சுந்தர் மேலும் அச்சப்படுவது அவனது முகத்தில் தெரிய, "சரி வாப்பா உள்ள போலாம் என்று கூறி அவரை மீண்டும் எழவைத்து உள்ளே சென்று படுக்க வைத்தாள். அவளுக்கு உதவ சசியும் ஆவலுடன் சேர்ந்து செல்ல, உள்ளே ஒலி கடத்தாத அறை அமைப்பு இருந்தது. அவரின் சத்தங்கள் அடுத்த வீடுகளுக்குக் கேட்காமல் இருக்க இத்திட்டம் என்பதைப் புரிந்துகொண்டான் சசி.

தந்தையை படுக்க வைத்து மீண்டும் வெளியே வந்த ஜனனி, "அவர் என்னோட அப்பா" அங்கு ஒரு புகைப்படத்தை காட்டி "இவங்க என் அம்மா. நா ஃபோர்த் படிக்கும் போதே தவறிட்டாங்க, என் அப்பாதான்

என்ன தனி ஆளா வளர்த்தார், அவருக்கு இப்பதான் அம்பத்தி அஞ்சு வயசு. அவரை பாத்தா எல்லாருக்கும் ஒரு எழுபது எம்பது வயசு இருக்கும்னு சொல்லுவாங்க, நா காலேஜ் முடிச்ச வருஷம் கேம்பஸ்ல செலக்ட் ஆன கம்பெனில ட்ரைனிங் மைசூர்ல நடந்தது, ஆறு மாசம் ட்ரைனிங். ட்ரைனிங் முடிய ஒரு பதினஞ்சு நாள் இருக்கும்போது என் அப்பாவோட ஃப்ரெண்ட் போன் பன்னாரு. என் அப்பாவுக்கு உடம்பு சரியில்லைன்னு, கௌம்பி இங்க வந்து பாத்தா அவருக்கு கை கால் ரெண்டு பக்கமும் வேலை செய்யல, தொடர்ந்து பதினஞ்சு நாள் ஹாஸ்பிடல்ல வெச்சு பாத்தோம் அப்பப்ப ரொம்ப பேனிக் ஆவாரு, கண்ட்ரோல் பண்ண முடியாத அளவுக்கு பயப்படுவார். கைகால் இனி இப்டித்தான்னு சொல்லிட்டாங்க, நானும் வீட்டுக்குக் கூட்டி வந்துட்டேன். எப்ப எப்பலாம் பயப்படுவாரோ அப்பல்லாம் ரொம்ப முரட்டுத்தனமா பிஹேவ் பண்ண ஆரம்பிச்சாரு" என்று கூறும் போதே அவளது முகம் தனது இறுக்கத்தை உடைத்துக் காட்டியது இருந்தும் அவள் அழ வில்லை.

இரண்டு நொடி இடைவேளைக்குப் பிறகு மீண்டும் ஆரம்பித்தாள் "இந்த மாதிரி பயப்படுறாருன்னு ஒரு சைக்கியாட்ரிஸ்ட் அப்பாய்ண்ட் பண்ணோம் எந்த முன்னேற்றமும் இல்ல, ஒரு நாள் வேலைக்கு வந்த அக்கா திடீர்னு அலற உள்ள போய் பாத்தா என் அப்பாவோட பென்னிஸ அவரோட கை ரொம்ப வேகமா அழுத்தி இருந்து மேல இருக்குற சதை கிழிய ஆரம்பிச்சு அந்த இடம் பூராம் ரத்தம். நான்தான் கைய மல்லுக்கட்டி எடுத்து டிரஸ் மாத்தி ஹாஸ்பிடல் கூட்டி போனேன். எனக்கும் நீங்க இன்னைக்கு இருக்குற அதே நெலமைதான்" என்று மீண்டும் ஒரு நிசப்த சூழல், கண்களை லேசாய் வருடிய கண்ணீரை விரலால் தட்டி மீண்டும் தொடர்ந்தாள்.

"என் அப்பாவ என்னால வெறுக்க முடியல, அன்னைக்கு அவரோட நடவடிக்கை எனக்கு தெளிவா எதுக்காகன்னு தெரிஞ்சது. மறுபடியும் ஒரு சைக்கியாட்ரிஸ்ட் வர வெச்சு பாத்தப்பத்தான் தெரிஞ்சது, அவருக்கு *(obsessive compulsive disorder)* என்று. அதுவும் நமக்குப் புரியாத ஒரு மன வியாதிதான். சுருக்கமா சொன்னா இந்த சமூகம் இந்த விஷயத்தை எப்படி பாக்கும்னு ஒரு பயம். அவருக்கு நா காலேஜ் லாஸ்ட் இயர் படிக்குற அப்பவே அவரோட பாடி நீட்ஸ் அதிகமாகிருக்கு. ஆனா அத யார்கிட்டயும் சொல்ல முடியாம, அவருக்குள்ளயே வெச்சு புழுங்கிருக்காரு. நா மைசூர் போன பிறகு இந்த பிரச்சனை அதிகமானதோட ரிசல்ட்தான் இவ்வளவும். வெளில

கேக்குறவனுக்கு நாப்பத்தஞ்சு வயசுல இவ்ளோ பெரிய பொம்பள புள்ளைய வெச்சுக்கிட்டு இவனுக்கு இதெல்லாம் தேவையான்னு நெனப்பானுங்க. ஆனா உண்மை நம்ம உடம்புக்கு தேவையானத நம்மதான கொடுக்கணும். *orgasm*னு சொன்னா டெய்லி பாத்ரூம்ல எதோ ஒரு ஆப்போசிட் செக்ஸ் உடம்ப நெனச்சு பசியாத்திக்கிற எல்லாரும் 'ச்சீ' னு சொல்லுவானுங்க, ஆனா என் அப்பாவை மாதிரி இருக்கிறவங்களுக்கு என்ன சொல்யூஷன், இத யோசிச்சதுல இருந்து நா அவரோட அம்மாவா மாறிக்கிட்டேன், இப்ப ஒரு சரோகன்ட் வெச்சிருக்கோம். அவுங்க அவருக்கு டாய்ஸ் ஆப்பரேட் பண்ண கத்துக் கொடுத்துடுவாங்க.

ஜனனி கூறக் கூற, கண்ணீர் மல்க கேட்டுக்கொண்டே இருந்தான் சசி. சுந்தரின் மனதும் ஒரு இறுக்க சூழலுக்கு மாற, சசியை நோக்கிய ஜனனி “இப்ப சொல்லுங்க நீங்க உங்க தம்பிய அடிச்சு வெளுப்பேன்னு சொன்னீங்களே ஏன்..? நா சொல்லட்டா அவரு என்னைக்காவது குளிக்கும் போது *masturbate* பண்ணிருப்பாரு. என்ன ஒரு நார்மல் பெர்சன் மாதிரி தனியா கதவை பூட்டிட்டு அவரால தனியா குளிக்க முடிஞ்சிருக்காது. அதனாலதான் அந்த அடி. அவரும் உங்கள மாதிரி மனுஷன்தான, அவரோட உடல் தேவைக்கு என்ன சொல்யூஷன்? உங்க அடில இருந்து அவரை காப்பாத்ததான் உங்க அம்மா சொல்யூஷனா ஆகிருக்காங்க.புரிஞ்சிக்கோங்க சசி, உண்மைய சொல்லுங்க *surrogate* னு ஒரு விஷயம் இருக்கிறதே இப்பத்தான உங்களுக்குத் தெரியும். அப்பறம் எப்படிங்க கிராமத்தில இருக்கிற உங்க அம்மாவுக்குத் தெரியும். சொல்லப்போனா நம்ம எல்லாருக்கும் இருக்குற பெரிய மனநோய் என்ன தெரியுமா..? இந்த மனநலம் பாதிக்கப்பட்டவங்க, பிச்சை எடுக்குறவங்க, வயசானவங்க, இவங்களுக்கெல்லாம் உடம்பே இல்லனு நெனைக்கிறதுதான்” என்ற ஜனனியின் கூற்று பளார் என்று சசியின் எண்ணக் கன்னத்தில் அறைய, உடனே கைபேசியை எடுத்து கண்ணீர் கொட்ட தன் தாயை அழைத்து “அம்மா” என்று கூறி அழுது தனது என்ன அசிங்கங்களைக் கழுவினான் சசி.

3.

சுட்ட ஈரலும் பசும் பாலும்

நடுநிசி நேரம் அடைபட்டிருந்த கதவின் முன்னே, மண்டியிட்டுக் கதறிக் கொண்டிருந்தாள் ஒரு இளம்பெண். “இங்க நானும் ஒரு மூலைல இருக்கிறேனே, எனக்கு ஒரு இடத்த கொடு” என்ற குரலுடன் அப்பெண் அந்தக் கதவுகளைத் தட்டாமல் கத்திக்கொண்டு நின்றாள். அவளின் குரலுக்கு அக்கதவுகள் திறக்கப்படவில்லை.

உள்ளே கோபத்துடன் ஒரு சத்தம் மட்டும் கேட்டது, “நா என்ன பண்ணேன்..? இப்டிலாம் ஆகும்னு எனக்கு தெரியாது. என்ன ஏன் தொரத்துற..? என்று அப்பெண் கேள்வி கேட்க, உள்ளே கேட்ட சத்தம் சிறிது குறைந்தது. ஆனாலும் கதவு திறக்கப்படவில்லை, உள்ளே ' சரட் சரட்டென்ற ' என்ற செருப்பின் சத்தத்துடன் ஒருவர் நடந்து கொண்டிருந்தார்.

தொடர்ந்து கூப்பிட்ட அந்தப் பெண், ஒரு நேரத்தில் கதவைத் தட்ட முயற்சித்து கையை எடுக்க உள்ளே இருந்து மிக ஆக்ரோஷமாக ஒருவா கதவைத தட்ட, நிலையில் கட்டப்பட்டிருந்த மாலையிலிருந்து ஒரு பூ கீழே விழுந்தது. அது ஒரு ஆள் உயரத்திற்கு மேலான மாலை. இறுகக் கட்டப்பட்டிருந்த அம்மாலையை உதறினால் கூட ஒரு பூ கீழே விழுந்திருக்க வாய்ப்பு கிடையாது. ஆனால் அந்த இடிக்கு உதிர்ந்தது அந்த மாலை.

மிக ஆக்ரோஷமாக இருந்த அந்த சத்தத்திற்கு அஞ்சி, அப்பெண் சற்று நேரம் குறுகி அந்தக் கதவை விட்டு விலகி வாசலில் அமர்ந்திருந்தாள். அது ஒரு காட்டின் நடுப்பகுதி அங்கிருந்து வேறு எங்கு செல்வதும் இயலாத காரியம்.

நடுநிசியில் அந்தக் காட்டுக்குள் சுற்றித்திரிந்த நரிகளும், ஓநாய்களும், அவள் இருக்கும் திசை நோக்கிக் கத்தி ஊளையிட்டுக் கொண்டே இருக்க, அவைகளைப் பார்த்து முறைத்தபடி அமர்ந்திருந்தாள் அப்பெண்.

தங்களது சத்தத்திற்கு அச்சம் கொள்ள மறுத்த அப்பெண்ணிற்கு மேலும் அச்சம் காட்ட நினைத்த நரிகளும், ஓநாய்களும் சுற்றிப் பறந்து கொண்டிருந்த கூகைகளுக்கு சமிக்ஞை கொடுப்பது போல லேசாக ஊளையிட்ட தன்மையை மாற்ற, அவள் அமர்ந்திருந்த இடத்திற்கு நேரெதிரே இருந்த மரத்தில் அமர்ந்திருந்த ஒரு பெருத்த கூகை ஒன்று தனது தலையை ஒரு முழு சுற்று சுற்றி, கீழே நின்றிருந்த நரிகளை கவனிக்க, வாசலில் அமர்ந்திருந்த அந்தp பெண்ணும் கூகையின் கண்களில் விழுந்தாள்.

விழிகளில் அந்தப் பெண் தென்பட்ட உடனேயே, உடலுக்குள் மறைத்து வைத்திருந்த தனது இறக்கைகளை வெளிக் கொண்டு வர ஆரம்பித்தது அந்தக் கூகை. ஆறரை அடி உயரம் கொண்ட தசை பருத்த மனிதனை இருசமமாக வெட்டி காயவைத்து இறக்கை ஆக்கியது போல நீண்டு கிடந்த அந்த இறக்கையை வெளியே இழுக்க முக்கால் நிமிடம் ஆனது, இறக்கையின் பளு காரணமாக இரண்டு மூன்று முறை இறக்கைகளை அடித்து அடித்து மேலெழுப்பி, அதே தருணத்தில் அங்கிருந்த பெண்ணையும் ஒரு பார்வை பார்த்து கொண்டுக் உக்கிரம் ஆனது போல அகல விரிந்திருந்த தனது விழிகளை மேலும் அகலமாக விரிக்க, கீழே நின்றிருந்த நரியின் குட்டி ஒன்று பயந்து தான் தங்கியிருந்த குகை நோக்கி ஓடியது.

இறக்கைகள் பறக்க இலகுவான பின் மரக்கிளையை விட்டு மேலே கிளம்பியது அந்தக் கூகை. கூகையின் காலுக்கடியில் தொங்கிக் கொண்டிருந்த ஒரு பெருத்த வௌவால், சிறையில் இருந்து விடுபட்டது போல அங்கிருந்து கிளம்பி அந்தப் பெண் அமர்ந்திருந்த வாசலின் மேல் இருந்த பொந்தில் வந்து பதுங்கியது.

மரத்தை விட்டு மேலெழுந்த அந்த கூகை சிறிது உயரப் பறக்கக், கூகை ஏதோ செய்தி கூறியது போல, அந்த மரத்தின் பின்னால் இருந்த ஓடையில் அமர்ந்தபடி தூங்கிக் கொண்டிருந்த வெள்ளைக் கொக்கு, தனது இறகை வைத்து, அருகில் நின்ற கருப்புக் கொக்கைப் போர்த்தி தண்ணிக்குள் தலையை விட்டுக் கொண்டது.

வழக்கத்தை விட உயர பறந்த கூகையை அண்ணாந்து பார்த்தப் பறவைகளும், குரங்குகளும், லேசாக கூச்சலிட்டு, எதற்கோ தயாரானது போல் எழுந்து நிற்க, சட்டென கீழ் நோக்கி நகர்ந்த அந்தக் கூகை, அப்பெண் அமர்ந்திருந்த வாசல் நோக்கி நகர்ந்து வேகமெடுத்து வந்தது.

அருகில் வர வர தனது வேகத்தைக் குறைத்துக் கொண்ட அந்த கூகை, அவளருகில் வந்து லேசாக அவளது முகத்தை உரசியது

போல பறந்து வர, மீண்டும் மிக ஆக்ரோஷமாக கதவை தட்டும் சத்தம் கேட்டு அவளது முகத்தை உரசிய இறக்கையை சுருக்கி பறந்து சென்று அந்த மரத்தின் மேலேயே அமர்ந்து கொண்டது. தனது இடது இறக்கை அந்தப் பெண்ணின் வலது பக்க முகத்தோரம் பட்டிருந்தாலும் உரசியதா..? என்று சந்தேகித்து மீண்டும் தனது தலையை உருட்டி இறக்கையை பார்த்து, அந்தப் பெண்ணின் பக்கம் தலையை திருப்ப, அவளின் வலது புறம் இருந்த தலைமயிர் கொத்து களைந்து அமர்ந்திருந்தாள்.

அவளது வலப்பக்க காதின் மேல் ஒரு வித பிசுபிசுத்து கரை காய்ந்திருந்தது போல இருக்க அதில் ஒரு மெல்லிய கோடாக குருதி கசிந்து கொண்டிருந்தது.

ஓங்கி இடித்த அந்த சத்தத்தால் சற்று இன்புற்ற அந்தப் பெண் மீண்டும் அந்தக் கதவின் பக்கமாகத் திரும்பி, லேசாக புன்னகை செய்த படியே அமர்ந்திருக்க, மீண்டும் கூகை தென்படுகிறதா என்று எழுந்து நின்றிருந்த விலங்குகளும், பறவைகளும் பார்த்துக் கொண்டிருக்க, மீண்டும் உயர பறக்காத அந்த கூகை, தாழ்வாக அமைதியாக பறந்து, அருகில் இருந்த அதன் மரப்பொந்தின் உள்ளே சென்று வாயில் ஒரு கரிய நிற எரிந்த கட்டை போன்ற ஒரு கரித்துண்டை கவ்விக் கொண்டு வெளியேறியது. அதன் பொந்து இருந்த மரத்திற்கு வெளியே பாதி சிதைந்தபடி கிடந்த ஒரு பன்றியின் தலையை ஒரு மிதி மிதித்து, உயரப் பறந்த அந்தக் கூகை அப்பெண் அமர்ந்திருந்த வாசலின் மேல் அதைப் போட்டு, எதிரில் அமர்ந்திருந்த மரத்தின் மேல் போய் அமர்ந்தது.

கீழே ஏதோ விழுந்தது போல, சத்தம் கேட்ட அந்தப் பெண், திரும்ப, கீழே கிடந்த அந்தக் கரித்துண்டை கண்ணீர் மல்கப் பார்த்து, அதை நோக்கி நகர்ந்து வந்தாள்.

வெறும் நிலவு மட்டும் ஒளி அடித்துக் கொண்டிருந்த அந்த வனப் பகுதியில், அந்தக் கரித்துண்டை ஆவலுடனும், பூரிப்புடனும் பார்த்த அவள் அதன் அருகில் வர, மீண்டும் வேகமாக ஊளையிட்டுக் கூச்சலிட ஆரம்பித்தது சுற்றி நின்ற நரிகளும், ஓநாய்களும். அந்தக் கூட்டத்தில் துணிச்சல் நிறைந்த ஒரு கிழட்டு நரி ஒன்று அந்தப் பெண் நடந்து வந்த திசை நோக்கி வேகமாக இரண்டு எட்டு எடுத்து வைக்க காடு முழுவதும் கணீரென கேட்டது ஒரு புரவியின் சத்தம். ' கட கட கடவென தொடர்ந்து ஒலித்த புரவியின் பாதக்குளம்புகள், நொடிக்கு நொடி மிக அருகாமையில் கேட்க, அப்பெண் அந்தக் கரித்துண்டை எடுக்காமல், சத்தம் கேட்ட திசையில் பார்த்துக் கொண்டிருந்தாள்.

இரண்டாம் முறையாக இன்னும் அதிகமாக ஒலித்தது ஓடி வந்த அந்தப் புரவியின் கனைப்பு சத்தம். இரண்டாம் சத்தத்திற்கு அந்தக் கிழட்டு நரியைத் தவிர்த்து வேறு எவைகளும் அங்கு இல்லை, இரண்டாம் சத்தம் அடங்கும் முன்னரே, அந்த கூகை அமர்ந்திருந்த மரத்திற்குப் பின்னால் இருந்த ஓடையில் தண்ணீரை சிதறடித்தபடி ஓடிவந்து கொண்டிருந்தது அந்தப் புரவி. நிலவொளியில் சிதறிய நீர்த்துளிகள் யாவும், வெள்ளை தீப்பொறிகள் போல சிதறி விழுந்தன.

அடுத்த கணம் ஓடையில் இருந்து மணல் பகுதிக்குள் ஏறிய அந்தப் புரவி, புழுதியை வாரி இறைத்தபடி அப்பெண் நின்று கொண்டிருந்த வாசல் நோக்கி வந்து கொண்டிருந்தது. புழுதிக்குப் பின்னால் ஓடையில் தஞ்சம் அடைந்திருந்த இரு கொக்குகளும் இணைந்து பறந்து அதனதன் கூடுகளுக்குச் சென்றது.

மணல் பரப்பில் ஓட ஆரம்பித்த ஒம்பத்திரெண்டு எட்டுகளில், அப்பெண் நின்றிருந்த வாசல் வந்து சேர்ந்தது அக்கரிய நிற புரவி. நிலவொளி இல்லையெனில் அந்தப் புரவி இருப்பதை உணர்வது கடினம் என்ற அளவிற்கு, காட்சியோடு கரைந்திருந்தது அப்புரவி.

அந்தப் பெண்ணை நோக்கி நின்று கொண்டிருந்த, கிழட்டு நரியின் மேல், புழுதி படர ஓடி வந்து நின்ற புரவியை உற்றுப் பார்த்த அந்தக் கிழநரி, தனது ஊளையிடும் சத்தத்தை நிறுத்திக் கொண்டு, அங்கிருந்து பம்மியபடி கிளம்பியது. வந்து நின்ற புரவி வழக்கமாக அந்த பகுதியில் தென்படுவது போல இல்லாமல் மிக உயரமாக இருந்தது. பளபளப்பான மேனி, அதன் கண்கள் மட்டும், பசும் பாலால் நிறைந்தது போல வெளேரென்று இருந்தது.

தலைக்கு மேல் பகுதியில் இருந்த, பிடரியில் அடர்ந்து கிடந்த மயிர்க் கொத்தின் நடுவே இருந்து வந்த ஒரு சாட்டையை இறுக்கிப் பிடித்திருந்தது ஒரு வாட்டமான கரம். தலையை நிமிர்ந்து பார்த்த அந்தப் பெண் யாரோ எவரோ என்று அஞ்சி, எடுக்க வந்த கரித்துண்டை எடுக்காமல் பின்னால் நகர, அந்தப் புரவியும் அவள் நின்று கொண்டிருந்த வாசலை நோக்கி வந்தது.

அப்பெண்ணிற்கு ஒரு நம்பிக்கை என்னவென்றால் வாசல் கதவை அப்புரவி நெருங்கும் போது, உள்ளிருந்து சத்தம் வரும் என்று எதிர்பார்த்தாள். ஆனால் அதற்கு நேர்மாறாக எந்த சத்தமும் வரவில்லை. வாசலை நோக்கி நடந்த புரவி, மெல்ல இரண்டு படிகளையும் ஏறியது, குழப்பம் அடைந்த அப்பெண் அடுத்ததாக ஓட வழியில்லாமல் அங்கேயே தேங்கி நின்றாள்.

ஓட வழிகள் அற்ற அப்பெண், மிகுந்த பயத்துடன் மூச்சை இறைத்துக் கொண்டு, மெல்ல புரவியின் மேல் அமர்ந்திருந்தவரை உற்றுப் பார்த்தாள். வட்டமான கைகளுக்கு மேல் பார்க்க முழங்கைக்கு மேலாக ஒரு பெரிய ஆட்டுக் கல்லின் குழவியைப் போன்ற பருத்த இருத்தலை தசைப் பகுதிகள். அத்தசைப் பகுதிகளை இறுகக் கட்டியிருந்த தோல் கச்சை மேல் சட்டை அணியாமல் ஒரு கருப்பு நிறத் துண்டை மேலே போர்த்தி இருந்தவர் தலையைச் சுற்றி அடர்த்தியான தலைப்பாகை ஒன்றைக் கட்டியிருந்தார். நெற்றி நிறைய சந்தனம், நெஞ்சுப் பகுதியிலும் சந்தனம் நிறைந்திருந்தது. இரண்டு காதுகளிலும் வளையம் இட்டிருந்தவர், கையில் ஒரு நெடிய கம்பு, கணுக்காலுக்கு மேலாக முக்கால் காலுக்கும் கீழ் பட்டு வேட்டி ஒன்றுடன் கீழிறங்கினார். இடுப்பில் வேட்டியைச் சொருகி இருந்த இடத்தில் ஒரு சிறிய சுருள் அரிவாள் ஒன்றை சொருகி இருந்தார்.

பயத்துடன் நின்று கொண்டிருந்த அந்தப் பெண்ணைப் பார்த்த அவர், இந்த நேரத்துல என்ன இங்க நிக்கிற...? என்று கேட்க, தலையைக் குனிந்து நின்ற அப்பெண், மெல்ல அழத் தொடங்கினாள்.

இந்தா புள்ள எதுக்கு அழுவுற, என்று சற்று நிதானமாக கேட்ட அந்த நபரிடம், தலையை தொங்கப் போட்டபடி, “நீங்க யாரு காவக்காரரா,” என்று கேள்வி கேட்க, “ஆமா “ என்று பதிலளித்த அந்த நபரிடம், “எந்த ஊர் முறை “என்று கேட்டதும், “இந்த காடு முழுதுக்கும் நான்தான் காவல், நீ யாரு இங்க எதுக்கு நிக்கிற” என்று அந்த நபர் கேள்வி கேட்க, மீண்டும் விம்மி அழத் தொடங்கினாள் அப்பெண். “இந்தா பொண்ணு நீ எந்த ஊரு ஆளு, இங்க எப்படி வந்த?” என்று கேள்வி கேட்க, “இங்கதான் பக்கத்துல இருக்குற மந்தவயல்” என்று அப்பெண் பதில் கூற, “ஆடு மேய்க்கதான வந்திருப்ப, எதுக்கு ஆதே கூட பழகுவ?” என்று அந்த நபர் கேள்வி கேட்க, அவரிடம் “உங்களுக்கு எப்படித் தெரியும் இதெல்லாம் “என்று கேட்டாள் அப்பெண்.” எனக்கு எல்லாம் தெரியும்” என்று பதிலளித்தார் அந்நபர்.

அவரின் தோற்றத்தையும், கையில் வைத்திருந்த ஆயுதத்தையும் பார்த்து மிரட்சியடைந்த அப்பெண், ஏதும் பேசாமல் தலையைக் குனிய, இரண்டாவது வாசலில் ஒரு காலை வைத்து நின்று கொண்டிருந்த அந்த நபர் ஒரு சுருட்டை வாயில் பற்ற வைத்து, “செரி உனக்கு என்ன நடந்துச்சு இங்க எதுக்கு வந்திருக்க..? என் எல்லைக்குள்ள வந்துட்ட, உன்ன சும்மா விட்டுட்டுப் போக முடியாது, சொல்லு” என்று அந்நபர் கேள்வி கேட்க. மீண்டும் அழுத் தொடங்கினாள் அப்பெண்.

கண்ணீர் மல்க நின்ற அப்பெண்ணை, "இந்தா புள்ள அழுவாத, இப்ப அழுது எதுவும் ஆகுறதுக்கில்ல, என்று கூறிய அந்த நபரிடம், அவள் பேசத் தொடங்கினாள்." என் பேரு அழகுமீனா. மந்தவய ஊர்க்காரி. தொரை மாருங்களுக்கு கிடாய் வளத்து, தோல் உரிச்சுக் கொடுக்குறதுதான் என் ஊர் தொழில். எங்க அய்யாவுக்கு ரெண்டு தொட்டி கெடக்கு. செனையான மருக்கைங்கள, மேச்சலுக்கு கூட்டிகிட்டு வருவேன் நான். அப்பதான் என் மாமன தெரியும் எனக்கு. உன்ன மாதிரிதான் அதுவும் வாட்ட சாட்டமா, இடுப்புல எப்பையும் ஒரு சுருள் கத்திய சொருவி வெச்சிருக்கும். இந்த காட்டுக்கு கடவூருதான் அது ஊரு. ஒத்த ஆளா வராகத்த தூக்கி தோளுல போட்டு நடந்து வரும்." என்றவள் சிறிது விக்கி கண்கள் நிறைய கண்ணீரை அடைத்து வைத்துக் கொண்டு தொடர்ந்தாள். எம் மனசுக்குள்ள மாமாவா பதிஞ்ச ஒரே ஆம்பள அதுதான். அத மொத மொத தெக்கால இருக்க கள்ளு காட்டுக்குள்ளதான் பாத்தேன். மேச்சலுக்கு வந்ததுல ஒரு மருக்க காணாத தேடி வந்தப்பத்தான் சுத்து பட்டி ஊர் நாட்டானுங்க கல்லு குடிக்கிற காடு பக்கமா வந்து மாட்டிகிட்டேன். என் மருக்கைய ஒரு ஊதாரி கொத்தி பய கையில புடிச்சுக்கிட்டு, செனப்பைய வெட்டி சமைச்சு குடுக்கச் சொல்லிக்கிட்டு இருந்தான், நேருல பாத்தோன அவன்கிட்ட போகப்போன என்னைய என் கைய யாரோ இறுகப் புடிச்ச மாதிரி இருந்துச்சு, திரும்பி பாத்தா என் மாமாதான் என் கையப் புடிச்சு நிப்பாட்டுச்சு. கத்தப் போன என் வாயை பொத்தி,

" இந்தா புள்ள அவேங்க பூரா குடிச்சுப்புட்டு திரியிறாய்ங்க, உன்ன இங்க பாத்தாய்ங்கன்னா, ஏதாச்சு சிக்கல் ஆகி போகும் கௌம்புனு, என் மாமாதான் என்ன தடுத்துச்சு. என்ன ஒரு மரத்தோரம நிப்பாட்டி வெச்சுட்டு அது வேகமாப் போய் அந்த குடிகார கூத்தாடிகிட்ட, சமாதானம் பேசி என் பொட்டைய என்னட்ட கொடுத்துச்சு" என்றவள் ஆதனைப் பற்றிக் கூறுவதை மிக வாஞ்சையோடு மீண்டும் தொடர்ந்தாள்.

"என் குட்டிய விட்டுடோன, அங்க கட்டிப் போட்டிருந்த ஒரு பெரிய வராகத்த தூக்கி தோளுல போட்டு ஓடுச்சு, வராகத்த கழுத்தறுத்துக் கொன்னுதான் பாத்திருக்கேன். என் மாமா இடுப்புல வெச்சிருந்த சூரிக் கூட ஒரு குத்துக்கம்பி வெச்சிருந்துச்சு. அத எடுத்து ஈரக்குலைல ஒரே ஒரு குத்துதான். சத்தமே போடல அந்த பன்னி, அத சுத்தி நின்ன பத்து கூத்தாடிங்க கூறு கட்டி வாங்கிட்டு போயிருச்சுங்க, என் மாமா அடுத்து அங்கையே அத சமைச்சு குடுக்க ஆரம்பிச்சிருச்சு, அன்னைக்கு

அதுக்கு மேல எங்க ஐயேன் தேட ஆரம்பிச்சிரும்னு கௌம்பிட்டேன். அன்னைல இருந்தே என் மாமா என் மனசுல முழுசா நெறஞ்சு போச்சு, அடுத்த நாள்ல இருந்து ஆடுகள மேச்சலுக்கு கூட்டிப் போறப்ப பூரா என் மாமாவ பாக்க ஆரம்பிச்சேன். என் மாமா என்ன விட்டு வெலகித்தான் போச்சு. இந்த சிறுக்கி முண்டதான் அது மேல கிறுக்கா திரிஞ்சு கடசில என்னையும் அதுக்கு ரொம்ப புடிச்சு போச்சு. என் மாமா ரொம்ப நேரான ஆளு. அதுவும் உன்ன மாதிரி காவக்கார ஆளுதான். ராத்திரி ஆனா காவலுக்குப் போயிரும், அவுங்க ஆளுக வீட்டு வராகத்தை வெட்டிக் குடுக்க, மேச்சலுக்கு கூட்டி வர மட்டுந்தான் இங்க வரும். அது கூட யாரும் மல்லுக்கட்ட முடியாது, அதுக்குன்னு சொந்தம் யாருமில்ல, என் வூட்டுல நா என் மாமன கட்டிக்க சம்மதிக்க மாட்டாங்க. நா என் மாமாவ மனசார நெனச்சுட்டேன், அதுனால என் மாமாகிட்ட நாதான் என்ன கூட்டிகிட்டு போகச் சொல்லி சொன்னேன், அதுவும் என்ன கூட்டிகிட்டு இந்த காட்டுக்குள்ள வந்துருச்சு.

எங்க ஊருக் காரனுங்க என்ன தேட ஆரம்பிச்சு சுத்துச்சுங்க, ரெண்டு நாள் ஆச்சு, எங்களுக்கு சாப்பாட்டுக்கு ரொம்ப திண்டாட்டம் ஆகி போச்சு. என் மாமா அது தொட்டில இருந்து ஒரு வராகத்த தூக்கி வந்து காட்டுக்குள்ள சமைச்சா கண்டுபுடிச்சிருவாங்கனு, காவகாக்குற நேரத்துல, ஈரலை மட்டும் சுட்டு நாங்க சாப்பிட்டு வந்தோம். என்ன ராணி மாதிரி பாத்துச்சு என் மாமா. நாளுக்குநாள் பன்னியோட எண்ணிக்கை கொறைய கொறைய, கடவூர்காரனுங்க சுத்துப்பட்டு எல்லா ஊருக்கும் போய் விசாரிக்க, நாங்க இருந்த இடத்த கண்டுபுச்சுட்டாங்க. என் மாமா கூட, நேரடியா மோத முடியாத நாய்ங்க எங்கள்ட்ட நல்ல மாதிரியா பேசி வீட்டுக்கு கூட்டி போய் ஊர்க் காரனுங்க சேர்ந்து மாமாவுக்கு சோத்துல வெசத்த வெச்சு கொன்னு புட்டானுங்க, என்னைய தனியா கூட்டி போன பொண்டுகனுங்க, எனக்கு வெசத்த பாலுல கலந்து காதுல ஊத்தி கொன்னு புட்டானுங்க, என்று கூறி அழுது குமுறினாள் அழகுமீனா.

அவளின் முழுக்கதையும் கேட்ட அந்த நபர், சரி இங்க எதுக்கு வந்திருக்க என்று கேட்க, என் ஊர் காரனுங்க சாதி சனம் அத்தன பெரும் என் மாமா சாவுக்கு பதில் சொல்லணும், என்றவளிடம் அதுக்கு இங்க என்ன பண்ணுற ? என்று அந்நபர் கேட்க, இங்க உள்ள இருக்குற கார்நாட்டு கருப்புதான் என் மாமாவுக்கு கொலசாமி. இந்த எல்லைக்கு என் சாதிக் காரனுங்க வந்து என்னையும், என் மாமாவையும் நெனச்சு நிக்கணும், அதுக்குதான் உத்தரவு கேட்டு நிக்கிறேன், என்று அப்பெண்

கூறி முடிக்க, படியை விட்டுக் கீழிறங்கிய அந்த நபர் தான் இடுப்பில் வைத்திருந்த சுருள் கத்தியை எடுத்து, கதவிற்கு நேராக ஓங்கிக் குத்த அதில் ஒரு பாறை தென்பட்டது. அந்தப் பாறையை எடுத்துக் கீழே அடித்து வைத்து அருகே இருந்த மரத்தில் தாங்கி நின்ற ஒரு நடுகல்லை எடுத்து கீழே பதித்த கல்லின் அருகே வைத்து, "ஆத்தா உன்னட்ட உத்தரவு வாங்கிட்டு, உன்ன குளிர வச்சுட்டுதான் என் எல்லையை ஒருத்தன் தொடணும், மந்தவய கூட்டம் பூராம் மாசிக் களரிக்கு இந்த கல்லறைக்கு வரணும்" என்று கூறி அழகுமீனாவைப் பார்த்து சிரித்து, தனது புரவியில் அந்த கதவை நோக்கி ஓடி மறைந்தார் அந்த கார்நாட்டு கருப்பன். கீழே வைத்திருந்த நடுகல்லில் வந்து நின்ற அழகுமீனா, கல்லுக்குள் கரைந்து, ஊராருக்கு சொப்பனத்தில் தான் இருப்பிடம் தெரியப்படுத்தி, வந்து கையேந்த வைத்தாள்.

அன்று முதல் பன்றியை பலி கொடுத்து, தீயில் வீசி அதன் ஈரலைப் படைத்து, அந்தக் கல்லில் செவி போன்ற ஒரு இடம் அதில் ஒரு துவாரம் வர அதில் பசும்பால் ஊற்றி தரிசிக்க ஆரம்பித்தனர். கார்நாட்டு கருப்பனின் சகோதரி தெய்வமானாள் அழகுமீனா. சாதியால் ஒதுக்கப்பட்ட ஆதனையும், அழகுமீனாவையும் கும்பிடாமல் அந்தக் காட்டைக் கடக்க முடியாத சூழல் ஆரம்பித்தது.

4.
முனியோட்டம்

மேடு பள்ளமாக இருக்கும் சாலையில் பள்ளத்தை நிரவி மேடாக்குவது ஒரு முறை என்றால், மேட்டைத் தகர்த்துப் பள்ளம் ஆக்குவது ஒரு முறை. அப்படி நகரங்கள் தனது அளவை அதிகரித்துக் கொண்டே செல்ல, அதன் விளைவாக கிராமங்கள் நகரம் ஆனது என்று சொல்வதை விட, நகர மக்கள் கிராமம் நோக்கிப் பயணிக்கப் பட்டார்கள் என்று கூறுவதே சரி.

பள்ளிக்கு அருகாமையில் இருக்க வேண்டும் என்பதற்காக, குடி தண்ணீருக்காக, மிக முக்கியமாக வீட்டு வாடகைக்காக, நகரத்தின் விளிம்பில் இருந்து நிறைய மக்கள் கிராமம் சென்றார்கள் என்பதே சரி. எப்படி உலகமயமாக்கலில் ஒரு நாகரீக பரிமாற்றம் நடந்ததோ அது போலவே, கிராமங்களிலும் சிறு நாகரீக பரிமாற்றங்கள் நடந்துகொண்டே இருந்தது. அந்த நாகரீக பரிமாற்றத்தாலும், பொருளாதார வீக்கத்தாலும், கிராமத்தில் வாழ்ந்தவர்கள், இன்றளவும் கிராமமாக இருக்கும் இடங்களுக்கு இடம் பெயர்ந்து கொண்டிருக்கின்றனர்.

நகரங்களின் விரிவாக்கப் பகுதி நகரத்தின் சாயலைப் பெற்றாலும் கிராமம்தான் என்பது போல, கிராமங்களின் விரிவாக்கப் பகுதி கிராமத்தின் சாயலைப் பெற்றாலும் அது குக்கிராமமாகவோ, அல்லது விலகிய பகுதியாகவோ காட்சியளிக்கும் என்பதில் ஐயம் இருக்க வாய்ப்பிருக்காது.

அப்படியான ஒரு நகரப் பகுதியின் விரிவாக்கமாக மாறியது தலையம்பட்டி கிராமம். ஊருக்குள் இருநூறு வீடுகள். அதில் ஐம்பதில் மட்டும் ஏறத்தாழ இருநூறு மனிதர்கள் வாழ்ந்து வந்த கிராமம் தலையம்பட்டி.

அதனருகே ஒரு மின் வாகன தொழிற்சாலைத் திட்டம் வெகு நாட்களாகப் பேச்சுவார்த்தையில் இருந்து நடப்புக்கு வந்தது. அருகே இருந்த நகரங்களில் இருந்து வந்து சென்ற நகர வாசிகளில்

மணமாகாதவர்கள் பெரும்பாலானோர் அந்தத் தொழிற்சாலையைச் சுற்றி உள்ள பகுதிகளில் குடியேற ஆரம்பித்தனர். இவ்வாறு மூன்று வருடங்கள் முடிவடைய, மெல்ல அந்தத் தொழிற்சாலை தன்னிடம் பணியாற்றும் தொழிலாளர்களை மையப்படுத்தி ஒரு வெளிநாட்டு முதலீட்டாளருடன் இணைந்து ஒரு பள்ளியை ஆரம்பித்தது.

அந்த நிறுவனத்தில் பணியாற்றும் பெரும்பாலானோர், போக்குவரத்து நேரத்தைக் குறைக்கும் பொருட்டும், பள்ளியில் தங்களது பிள்ளைகளுக்கு சலுகைகள் கிடைக்கும் என்பதாலும், இணைந்திருக்கிற வெளிநாட்டுக் கல்விக் குழுமம், மிகவும் புகழ்பெற்ற கல்விக் குழுமம் என்பதாலும், தங்களது பிள்ளைகளின் தலையெழுத்தே மாறிவிடும் என்று முடிவு செய்து, ஏராளமானோர், அந்தத் தொழிற்சாலையைச் சுற்றியுள்ள பகுதிகளை நோக்கிக் குடியேறினர்.

அந்த அளவிற்கதிகமான மக்கள் நகர்வால், தொழிற்சாலையை ஒட்டி இருந்த பகுதிகளில் உள்ள வீடுகள் வேகமாக நிறைய, அடுத்தடுத்த கிராம மக்கள் தங்கள் வீடுகளை செப்பனிடும் பணிகளை துரிதப்படுத்தினர். மெல்ல அந்த நகர்வுகள் தலையம்பட்டி வந்து சேர்ந்தது. தலையம்பட்டியின் இன்னொரு சிறப்பு, தொழிற்சாலையின் கழிவுகள் அங்கு வந்து சேராது. ஆதலால் தண்ணீர் சுத்தமாக இருக்கும். அந்தக் காரணத்தை மையமாக வைத்து தலையம்பட்டியில் உள்ள வீடுகளும் சீக்கிரம் நிறையத் தொடங்கியது. அந்த கிராமத்தில் வாழ்ந்த மக்கள் வாடகை வாங்குவது தங்களது பொருளாதாரத்தை மேம்படுத்தும் என்று, அங்கிருந்து ஊருக்கு வடக்கில் இருந்த வயல்வெளிகளில் வீடு கட்டி வாழத் துவங்கினர். அந்த வயல் வெளிகளில் இருக்கும் ஒரே பெரிய துயரம் அங்கு முனி நடமாட்டம் அதிகம் இருப்பதாக ஒரு பேச்சு இருந்து வந்தது. ஆனால் காசா? முனியா? என்று வருகையில் காசு முனியை முந்திக் கொண்டது.

மந்திரித்துக் கட்டி விட்டால் முனி வராது என்று ஊர் மக்கள் அங்கு துணிந்து வீடுகளைக் கட்ட ஆரம்பித்தனர்.

அங்கு வெறும் வயல் வெளிகள் மட்டும் இருக்கும் போதே ராஜகுமாரன் மட்டும் அடிக்கடி முனி நடமாட்டத்தை உணர்ந்ததாக கூறுவார். ஜெயராமனின் மகன் ராஜகுமாரன், தனது பதின்ம வயது தொட்டே, இந்த முனி நடமாட்டத்தை அதிகம் கண்டவர். ராஜகுமாரன் கண்களுக்கு மட்டும் முனி காட்சியளிப்பதால் மக்கள் அவரை ஒரு தெய்வீக கடாட்சியம் கொண்டவர் என்று கூறுவதுண்டு.

இந்த முனி நடமாட்டம் அமாவாசை பொழுதுகளில், சிறிது உக்கிரமாகும். ஆகையால், அந்த ஊர் மக்கள் யாவரும் அமாவாசை முதல் நாள் முதல், மூன்றாம் பிறை வரை இருட்டுவதற்க்கு முன்பாக வீட்டிற்குள் சென்று ஒளிந்து கொள்வர்.

ஒவ்வொரு அமாவாசை மற்றும் சில முக்கிய நாட்களில், முனி நடமாட்டம் இருப்பதை மக்கள் உணர்ந்தனர். முனி வந்ததன் அடையாளமாக, கிராமத்தில் கிடாய்கள் காணாமல் போகும், அடுத்த நாள் வயல்வெளிகளில் ஆட்டுக்குட்டியின் ரத்தம், மற்றும் அதன் தோல் முடிகள் கிடக்கும். அதைப் பார்த்ததும் அந்த இடத்தில் சூடம் ஏற்றி பகலில் வயல் வேலைக்கு வருவோருக்கு அச்சம் காட்ட வேண்டாம் என்று வேண்டிக் கொள்வர். அதோடு அடுத்த அமாவாசை வரை முனி நடமாட்டம் இருப்பதை உணர மாட்டார்கள் அந்த ஊர் மக்கள்.

தலையம்பட்டியின் ஊர் மக்கள் அனைவரும், ஊருக்குள் இருக்கும் தங்களது வீடுகளை வாடகைக்கு விட்டு, வயல்களில் சிறிதாக ஒரு வீடு கட்டி வாழலாம் என்ற ஆலோசனையை ராஜகுமாரனிடம் சொல்ல, அவரும் முனி அய்யாவிடம் ஒரு முறை உத்தரவு பெற்று தொடர்வோம் என்று தெரிவிக்க, அருகாமையில் வந்த ஒரு திருவிழாவில் முனியை அழைக்கக் கூடினர் ஊர் மக்கள்.

நீண்ட நேரத்திற்குப் பின் ராஜகுமாரன் மீது வந்து ஆடினார் முனி அய்யா. ஊர் மக்களுக்கு வயல்களில் வீடு கட்ட உத்தரவு கொடுக்கப்பட்டது. ஊரின் கடைசி வயலை ஒட்டி தனக்கு ஒரு கோவில் எழுப்ப வேண்டும் என்றும், அதில் ஒவ்வொரு அமாவாசைக்கும் ஒரு குடும்பம் கிடாய் வெட்ட வேண்டும் என்றும், முனி குறி கூறியது. இந்த நடைமுறை தொடர்ந்தால் தான் யாரையும் மறிக்க மாட்டேன் என்று முனி கூறியதை அடுத்து, ஊர் மக்கள் யாவரும், தங்களது இல்லங்களைப் பழுது பார்த்து வாடகைக்குவிடத் தீர்மானித்தனர்.

அதோடு அவரவர் வயல்களில் தங்களது குடும்பத்திற்கு ஏற்றாற் போல் ஒரு சிறிய வீட்டைக் கட்டத் தொடங்கினர். ராஜகுமாரன் ஏறத்தாழ அந்த ஊரின் காவல் தெய்வம் ஆனார். தனது வீட்டையும் விரைந்து பழுதுகளை நீக்கி, வாடகைக்குவிட தயாரானார்.

தங்கையின் திருமணத்தையும் தனது திருமணத்தையும் சிந்தித்த ராஜகுமாரன், அவரது வீட்டை ஒத்திக்குக் கொடுத்து ஒரு கணிசமான தொகையைப் பெற்று, தங்கைக்கு திருமணம் முடித்து அடுத்து மூன்று மாதங்களில் அவரும் திருமணம் செய்து கொண்டார்.

ஊர் மக்கள் சிற்சிலரைத் தவிர்த்து அனைவரும், தங்களது வயல்களில் வீடு கட்டிக் குடியேறினர். கிராமத்தில் இருந்த தங்களது

வீடுகளை வாடகைக்கு விட்டு சம்பாதிக்க ஆரம்பித்தனர். இருந்தும் வீடுகளின் தேவை அதிகமாக இருந்தது. அந்த கிராமத்தில் வீடு கேட்டு வருவோரின் எண்ணிக்கை அதிகமானது, கையில் காசு வைத்திருந்த சிலர், தான் இருக்கும் வீடு போக வயலில் மேலும் ஒரு வீட்டைக் கட்டி வாடகைக்கு விட்டனர். அவ்வாறே ராஜகுமாரனும் இன்னொரு வீட்டைக் கட்ட முடிவு செய்து வேலைகளை ஆரம்பித்தார். தான் இருந்த வீட்டிற்கு எதிராக மேலும் ஒரு சிறிய வீட்டைக் கட்டினார்.

வீடு கட்டிக்கொண்டு இருக்கும் போதே கலையரசனின் குடும்பம் அங்கு வாடகைக்கு வீடு தேடி வந்தது. கலையரசன், அவரது மனைவி தேவி, மற்றும் அவரது மகள் சிந்து என மூவர் மட்டுமே இருக்கும் சிறிய குடும்பம் அது. ஆதலால் சிறிய வீடு இருந்தாலே போதுமானது.

ராஜகுமாரனின் வீடு அவர்களுக்குக் கச்சிதமாய் பொருந்தியது. வீடு முடிந்த கையோடு கலையரசன் அங்கு குடியேறினார். கலையரசனின் மகள் அந்தத் தொழிற்சாலைக்குச் சொந்தமான பள்ளியில் நான்காம் வகுப்பு படித்து வந்தாள். மிக நிம்மதியாகச் சென்றது அவர்களது வாழ்க்கை. இந்தக் காலகட்டத்தில் ராஜகுமாரனுக்கு ஒரு மகள், விறுவிறுவென்று ஓடிய காலத்தில், கலையரசனின் மகள் சிந்து எட்டாம் வகுப்பு படித்து வந்தாள். ஐந்து வயதான ராஜகுமாரனின் மகள் ஓவியாவுக்குப் பேச்சு வரவில்லை.

ராஜகுமாரன் குடும்பமும், கலையரசன் குடும்பமும் கிட்டத்தட்ட உறவுக்காரர்கள் போல மாறியிருந்தனர். சிந்து ராஜகுமாரனை மாமா என்று முறை வைத்து கூப்பிட ஆரம்பித்தாள். ஓவியா கலையரசன் வீட்டிலேயே வளர்ந்தாள்.

ஊருக்குள் நீண்ட நாட்களுக்குப் பிறகு கோவில் கும்பாபிஷேகம் நடைபெற இருந்தது. ஊரில் இருக்கும் பெண்கள் யாவரும் ஓரிடத்தில் கூடி கோவில் திருவிழாவுக்கு முளைப்பாரி எடுப்பதற்கு நடவு நடுவர், அதன் வேலைகளுக்காக அனைவரும் காலை முதல் நண்பகல் வரை பொதுக் கோவிலுக்குச் சொந்தமான வயலுக்குச் சென்று விடுவர். அங்கு ஆண்களுக்கு அனுமதி கிடையாது. இந்தப் பணிகள் நடைபெற்று வந்த நேரத்தில் ஒரு நாள் பள்ளி விடுமுறை தினமாகப் போக, அன்று சிந்துவை மட்டும் வீட்டில் விட்டு கலையரசன் மனைவி தேவி, மற்றும் ராஜகுமாரன் மனைவி பொன்னி ஆகியோர் வயலுக்குச் சென்றனர். வீட்டில் ஓவியா அழுவதாக ராஜகுமரன் பொன்னிக்கு அழைப்பு கொடுக்க, குழந்தையை அவர் தூக்கி வர முடியாததால், சிந்துவிடம் ஓவியாவை அனுப்பி வைக்குமாறு பொன்னி கூறினாள்.

கலையரசனின் வீட்டில் இருந்த கைபேசிக்கு அழைப்பு கொடுத்த தேவி, சிந்துவிடம் ஓவியாவை அழைத்து வருமாறு கூறினாள். உடனே கிளம்பிய சிந்து எதிரே இருந்த ராஜகுமாரனின் வீட்டுக் கதவைத் தட்ட, ஒரு நிமிடம் என்று குரல் கொடுத்தார் ராஜகுமாரன்.

அரை நிமிடத்தில் கதவைத் திறந்த ராஜகுமாரன், குளித்து பாதியுடன் இருப்பது போல துண்டுடன் வந்து கதவை திறந்து உள்ளே சிந்துவை வர அனுமதித்து உள்ளே சென்றார். ஓவியா அப்போது தூங்கிக் கொண்டிருந்தாள். தற்போதுதான் பாப்பா தூங்குது, என்று கூறி உள்ளே சென்ற ராஜகுமாரன், சிந்துவை அழைத்து துண்டை எடுத்துக் கொடுக்கும்படி குரல் கொடுக்க, எடுத்துக் கொடுத்த சிந்து, ராஜகுமாரன் வீட்டை விட்டு ஏதோ மிரட்சியுடன் வெளியேறினாள்.

உள்ளே ராஜகுமாரன் அலறும் சத்தம் கேட்டது, அலறல் சத்தம் கேட்ட அக்கம் பக்கத்தினர் மீண்டும் பொன்னியை அழைக்க, பொன்னியும், தேவியும் வேகமாக வீடு நோக்கி நடக்கலாகினர். மிரட்சியுடன் வெளியேறிய சிந்து, அவளது இல்லத்திற்கு வேகமாக ஓடிச் சென்றாள்.

ராஜகுமாரனின் அலறும் சத்தம் கேட்க, பதறிய ஊர் மக்களும் பொன்னியும், உள்ளே வீட்டிற்குள் சென்று பார்க்க, ஈரத் துணியுடன் நின்று கொண்டிருந்தார் ராஜகுமாரன்.

உள்ளே சென்று பார்க்கையில் ராஜகுமாரன் மிக உக்கிரமாக நின்று கொண்டிருந்தார். பார்த்தவர் அனைவரும் போச்சு முனி வந்துடுச்சு, ஏதாச்சு தப்பு நடந்துச்சா என்று ஒருவருக்கொருவர் பதற்றத்தோடு பேசிக்கொண்டிருந்த நொடியில், கதிர் அறுக்கும் அரிவாள் ஒன்றைக் கையில் பாய்ந்து எடுத்த ராஜகுமாரன் அதே உக்கிரத்தோடு வீட்டிற்கு வெளியே வந்து கலையரசன் வீட்டிற்குள் சென்று, தேவியின் கண்முன்னே கையில் வைத்திருந்த அரிவாளை ஒரு வீச்சு வீச, சிந்துவின் தலை துண்டாகக் கீழே விழுந்து, உடல் மட்டும் துடித்து கொண்டு இருந்தது. என்ன நடக்கிறது என்று சுதாரிக்கும் முன்பே அனைத்தும் தேவியின் கண்முன்னே நிகழ்ந்தேறியது. துடிதுடித்தாள் தேவி.

சிந்துவின் தலையைக் கையில் எடுத்துக் கொண்டு கோவிலுக்குப் பின்னாலிருந்த காட்டுக்குள் ஓடினார் ராஜகுமாரன். ஊர் மக்கள் அனைவரும் முனி உக்கிரமடைந்ததை எண்ணி பீதியில் செயலற்று நின்றனர், தேவிக் கத்தி கதறி அழுது மயங்கி விழுந்தாள்.

அடுத்த அரைமணி நேரத்தில் காட்டுக்குள் இருந்து பயந்து கத்தியபடி ஓடி வந்தார் ராஜகுமாரன், சிந்துவின் தலையில்லா

உடலைப் பார்த்துக் கதறி புரண்டு அழுக ஆரம்பித்தார் ராஜகுமாரன். செய்வதறியாது திகைத்து நின்றார்கள் கலையரசனும், தேவியும்.

கலையரசன் காலில் விழுந்து தன்னை இப்போதே கொன்று விட வேண்டி கூச்சலிட்டு நின்றார் ராஜகுமாரன். ஊரே அவரைப் பார்த்து மனம் கலங்கி நின்றது. கண்ணீரை மட்டும் கண்களில் இருந்து வெளியேற்றி நிர்க்கதியாக நின்ற கலையரசனைப் பார்த்த ராஜகுமாரன், வேகமாக தனது வீட்டிற்குள் ஓடி கதவைப் பூட்டிக் கொள்ள, ஊர் மக்கள் அனைவரும் ஒன்று சேர்ந்து கதவை உடைத்து, தூக்கில் ஏறிய ராஜகுமாரனை காப்பாற்றினர்.

காவல் நிலையத்திற்குப் புகார் கொடுக்கப் பட்டு, காவலர்கள் வந்து பிரேதத்தைக் கைப்பற்றி, பிரேதப் பரிசோதனைக்கு அனுப்பி வைக்க மும்முரமாக பணியாற்றிக் கொண்டிருந்த நேரம், தலையை கண்டுபிடித்து வருமாறு செய்தி வந்தது. உடலை வண்டியில் ஏற்றி அனுப்பி வைத்து தலையைத் தேடி போலீசார், ராஜகுமாரனைக் கைது செய்து அழைத்து சென்றது.

ஊர் மக்கள் அனைவரும் ராஜகுமாரனை கைது செய்ய வேண்டாம் என்றும் முனி ஏதோ கோபத்தில் இருப்பதாகவும், ராஜகுமாரனையும் அழைத்துச் சென்றால் தங்களால் முனியிடம் குறையைக் கேட்டு அறிய முடியாது என்றும், கொலை பழியை ஏற்றுக்கொள்ள, ஒரு இளைஞனைக் கூட்டிபோகும்படியும் தெரிவித்து மன்றாடினர்.

தலையம்பட்டி ஊரைப் பூர்வீகமாக கொண்ட ஒரு காவலரும் அதை உறுதி செய்ததால், தலையைக் கண்டு பிடித்ததும் பேசிக்கொள்ளலாம் என்று அனைவரும் புறப்பட்டு காட்டுக்குள் சென்றனர். காட்டுக்குள் எங்கு தேடியும் தலை கிடைக்கவில்லை என்பதால், கடைசியாக ஒரு சதுப்பு நில நீர் நிலை இருந்தது, (அங்குதான் அந்த, தொழிற்சாலையின் கழிவுகள் அப்புறப்படுத்தப்பட்டன.)

அதில் இறங்கி தேட, அரைமணி நேரத்தில் ரசாயனத்தால் உப்பிய நிலையில் கிடைத்தது சிந்துவின் தலை. ஊரே கதறி அழுது கொண்டிருந்தது. தாயின் தோளில் சாய்ந்திருந்த ஓவியா பொன்னியின் இடுப்பை விட்டுக் கீழிறங்கி, பொன்னி கையில் வைத்திருந்து பிரிமணை துண்டை விரித்து, நீர் நிலையில் இறங்கிய காவலரிடம் கொடுத்து அவரை அருகில் அழைக்க, குனிந்த அவரிடம் முத்தம் கேட்டாள் ஓவியா, கன்னத்தில் முத்தமிட்ட காவலரைப் பார்த்து உதட்டில் தரும்படி கூற, அதிர்ச்சியடைந்த காவலரிடம் " ப்பா,க்காவ கேட்டு" என்று ராஜகுமாரனை கைகாட்ட மீண்டும் முனி ஐயா ஏறினார் ராஜகுமாரனின் உடம்பில்.

5.
இப்பபெல்லாம் யாருங்க சாதி பாக்குறாங்க

மதுரை மாநகராட்சியில் தூய்மைப் பணிக்கான ஒப்பந்ததாரர் தேர்வு நடைபெற்றுக் கொண்டிருந்தது. அதில் தனது மாமாவின் பரிந்துரையின் பெயரில், மாநகராட்சி அலுவலகம் சென்று, புதிதாக அமைந்த கிழக்கு மண்டல விரிவாக்கப் பகுதிக்கு விண்ணப்பித்து அதன் தலைவரையும், பகுதி மாநகராட்சிப் பொறியாளரையும் சென்று பார்த்துத் திரும்பும் நேரம் திடீரென பரபரப்பாகக் காணப்பட்டான் கலைவாணன்.

அவனது மாமா பரிந்துரைத்த பொறியாளரிடம் அதுவரை நிதானமாகப் பேசியவனின் வார்த்தைகள் குழற ஆரம்பித்தது, விழிகளில் ஒரு வித நடுக்கம் தென்பட்டது. தான் பேசுவதை கலைவாணன் கவனிக்கவில்லை என்று அறிந்திருந்தார் பொறியாளர் சுந்தரம்.

பேச்சை சற்று நிறுத்தி கலைவாணனை கவனித்த சுந்தரம் " தம்பி.. தம்பி... கவனிக்கிறியா?" என்று அவனிடம் கேட்க, "சார் ரெஸ்ட் ரூம் எங்க இருக்கு சார்" என்றான். அவன் எந்தப் பக்கம் போகக்கூடாது என்று நினைத்தானோ அந்தப்பக்கமாக சுந்தரம் கைகாட்ட, அரைநொடி குழப்பத்தை சுதாரித்த கலைவாணன்" இந்தா வந்துர்றேன் சார் " என்று கூறி அங்கிருந்து நகர்ந்து சென்றான்.

இரண்டாம் தளத்தில் இருந்த அந்தப் பொறியாளரின் அலுவலகம் அமைந்திருந்த இடத்திலிருந்து ஆண்கள் கழிவறை செல்லும் வழி ஒரு முப்பது அடி நீளத்தைத் தாண்டிச் செல்லக்கூடியதாக இருந்தது.

அங்கிருந்து முக்கால்வாசி தூரத்தை முகத்தைத் திருப்பியும் தனது கைக்குட்டையால் முகத்தை மூடியபடியுமே நடந்து சென்றான் கலைவாணன். அதை கவனித்த சுந்தரம், தனது கைபேசியை எடுத்து கலைவாணன் மாமாவை அழைத்து "ஏய் என்னாயா உன் ஆளு, ஒரு தெளிவாவே பேச மாட்டேங்கிறானே, சும்மா பேசிட்டு இருந்தவன், யாரையோ பாத்து பம்மி பாத்ரூமுக்கு ஓட்றானேயா,

பய எப்புடி ஏரியா வேற ஒரு மார்க்கமா இருக்கு, எதுவும் கேஸ் வாங்கிருக்கானா, "என்று கேட்ட சுந்தரத்திடம்," சார் அதெல்லாம் ஒன்னுமில்ல சார், நல்லா படிச்ச பய சார், எந்த பஞ்சாயத்துக்கும் போவமாட்டான்" என்றவர் "இருங்க அவெங்கிட்ட கேக்குறேன்," என்று கூறி ஆதிமூலம் அழைப்பைத் துண்டித்து கலைவாணனை அழைத்து "என்ன மாப்ள என்ன ஆச்சு, பேசிட்டியா" என்று கேட்க "மாமா பேசிக்கிட்டு இருக்கேன் மாமா, பாத்ரூமுக்கு வந்தே" என்று பதிலுரைத்தான் கலைவாணன். "செரி மாப்ள, பாத்து நமக்கு ரொம்ப வேண்டப்பட்டவரு இன்ஜினியர் சார், கண்டிப்பா காண்ட்ராக்ட் குடுத்துருவாப்ல, நீ தெளிவா பேசிட்டு மட்டும் வா மாப்ள" என்ற ஆதிமூலத்தின் கூற்றில், சுந்தரம் தனது மாமாவிடம் ஏதோ பேசி இருக்கிறார் என்பதைப் புரிந்து கொண்டான் கலைவாணன்.

கலைவாணனின் முகத்தில் அந்த நேரம் ஒரு பெரும் இறுக்கம் இருந்தது. செயலற்று நிற்கும் போர் வீரன் போல் தன்னை உணர்ந்தான் அவன். அவனது வெள்ளைச் சட்டையை குனிந்து பார்த்து, பற்களை நறநறவென கடித்து மீண்டும் சுந்தரத்தின் இருக்கையை நோக்கி நகரத் தயாரானான். ஒரு நொடி பேசாமல் இப்படியே சென்று விடலாமா என்று கூட அவன் மனம் நினைக்காமல் இல்லை. அதுதான் அவன் விரும்பும் செயலாகவும் இருந்தது, ஆனால் அனைத்தையும் தாண்டிய எதுவோ ஒன்று அவனை மீண்டும் சுந்தரத்தின் இருக்கையை நோக்கி நகரச் செய்தது.

இந்தப் பாதை இவ்வாறாகவே தன்னை வேறொரு இடத்தில் சேர்த்து விடாதா என்று கனவுகளை சுமந்தபடி, மீண்டும் சுந்தரத்தின் அருகே வந்து நின்றான் கலைவாணன். சுந்தரத்தின் இருக்கைக்கு எதிர் வரிசையில் அமர்ந்திருக்கும் கூடுதல் பொறியாளர் கருத்தபாண்டியன் அருகே நின்றிருந்த அருண்மொழி கலைவாணனை கவனிக்க, அதை பார்க்காமல் நின்றிருந்தான் கலைவாணன். "என்னப்பா உங்க மாமாகிட்ட பேசிட்டேன், உன்னோட பைலை உள்ள குடுத்திருக்கேன் அழகர் சார் கமிஷனர் கூட கேம்ப் போயிருக்காப்டி, நாளைக்கு வந்திடுவாரு நா கேட்டுப் பாக்குறேன் "என்று சுந்தரம் மழுப்பலாகத் தெரிவிக்க," சார் ப்ளீஸ் சார் என் குடும்பத்த பத்தி மாமா சொல்லிருப்பாரு, எனக்கு இந்த காண்ட்ராக்ட் ரொம்ப முக்கியம் சார் "என்று சுந்தரத்திடம் கூறிய கலைவாணனை நோக்கி" அதெல்லாம் உங்க மாமா பெருசா சொல்லல, மேலவாசல்காரய்ங்க பூரா ஏதாச்சு சொல்லி வேல கேக்குறீங்க அப்புறம் வந்து போராட்டம் மயிரு, மட்ட, சாக்கடையை அள்ள மாட்டேன் நரகல தொடமாட்டேன், மெசின

கொண்டுவா மயிரக் கொண்டுவானு போராட்டம் பண்ணுவீங்க, இவனுங்க எங்க தாலியறுப்பானுங்க. அதுனால எதுவா இருந்தாலும் ஐயா வரட்டும் அவர்ட்ட கேட்டுட்டுதான் சொல்ல முடியும்" என்று படபடவென பேசி முடித்தார் சுந்தரம்.

ஏதும் பதில் கூறாமல் அருகே நின்றிருந்த கலைவாணன், தலையைத் தொங்கப் போட்ட படி, "அப்படியெல்லாம் ஒன்னும் நடக்காது சார், எங்க ஏரியா மட்டுமில்லாம எனக்கு மூன்றுமாவடி பக்கமும் லேபர்ஸ் பழக்கம் இருக்கு சார். அதுனால கண்டிப்பா எந்த சிக்கலும் இருக்காது சார்" என்று கூறி நின்றான்.

கலைவாணன் கூறியதைப் பெரிதாக பொருட்படுத்தாமல் மீண்டும் தான் கூறிய அதே செய்தியைத் தெரிவித்தார் சுந்தரம். சார் உங்கள என்னைக்கு காண்டாக்ட் பண்றது சார், என்று கேட்டுக் கிளம்பத் தயாரானான் கலைவாணன். ஒரு ரெண்டு நாள் கழிச்சு கூப்பிடு, என்று சுந்தரம் கூற, "சரி சார் நா வியாழக்கிழமை வந்து பாக்குறேன் சார்" என்று கூறி அங்கிருந்து நகர முற்பட்டவன் சட்டென அருண்மொழியைப் பார்த்து, ஒரு நொடி அதிர்ந்து, அதை முகத்தில் காட்டியும் காட்டாமலும், அவனை பார்த்து சிரித்த கலைவாணனை நோக்கிய அருண்மொழி," டேய் என்னடா வெள்ளையும் சொள்ளையுமா இங்க" என்று கேட்க, "வேல விஷயமா சார பாக்க வந்தேன், என்று கூறி, "நீ அருண்" என்று அவனிடம் திருப்பிக் கேட்டான். "இங்க ஒரு ப்ராஜெக்ட் எடுத்திருக்கோம்டா அதுக்காக வந்தேன்" என்று அருண்மொழி பதிலளித்து மீண்டும் கருத்தப்பாண்டியனிடம் பேச ஆரம்பித்தான்.

அங்கிருந்து கிளம்பிய கலைவாணன் யாரைப் பார்த்து சுந்தரத்திடம் இருந்து நகர்ந்து சென்றோமோ அவன் முன்னே இவ்வளவு நேரம் பேசிக் கொண்டிருக்கின்றோம் என்று எண்ணியபடியே இரண்டாம் தளத்தில் இருந்து மெல்ல இறங்கிக்கொண்டிருந்தான்.

இன்னும் மூன்றே படிகள் தரைத் தளத்திற்கு மீதமிருந்த நிலையில் கலைவாணனின் மாமாவிடம் இருந்து அழைப்பு வந்தது, டேய் மாப்ள, சுந்தரம் சார் உன்ன உடனே மேல கூப்டாரு என்று. "இப்பதான் மாமா கீழ இறங்குறேன், இந்தா போறேன் மாமா" என்றவன் நாலே எட்டில் மூச்சுத் திணற சுந்தரத்தின் இருக்கைக்கு அருகே ஓடி நிற்க, சுந்தரம் அவர் இருக்கையில் இல்லை, அருகே தெய்வ கடாட்சியத்தோடு அமர்ந்திருந்த இன்னொரு பொறியாளரிடம் "சார்... சுந்தரம் சார்" என்று கேட்க முயற்சித்த கலைவாணனின் பக்கம் திரும்பாமல் தனக்கு முன்னால் இருந்த மடிக்கணியைப் பார்த்தபடி இருந்தார் அந்த சிவப்பு நாமம் நிறைந்த தெய்வ கடாட்சிய பொறியாளர்.

மீண்டும் அவரின் இருக்கைக்கு அருகே செல்ல முயன்ற கலைவாணனை ஒரே அடியில் “அங்க இருந்தே ஷொல்லு” என்று கூறி அங்கேயே நிப்பாட்டினார் அந்தப் பொறியாளர். சுந்தரம் சார் என்று அவர் இருக்கையை நோக்கிக் கையைக் காட்டிய கலைவாணனிடம் மூணாவது மாடிக்குப் போங்கோ என்று கூறிவிட்டு மீண்டும் தன் வேலையைத் தொடர்ந்த அவரிடம், மேலும் எதுவும் கேட்க முடியாமல் அங்கிருந்து நகர்ந்து மூன்றாவது தளம் நோக்கி நடந்தான் கலைவாணன்.

படியேறி தளத்தில் கால் வைத்தவுடன், ஏய் தம்பி இங்க வாயா..! என்ற சுந்தரத்தின் குரல் கேட்க, வேகமாக அவர் இருக்கும் திசை நோக்கி ஓடினான் கலைவாணன்.

சுந்தரம் அருகில் சென்றவன் "சொல்லுங்க சார்" என்று அருகில் வந்து சேர்ந்தான். அருண்மொழி கையில் வைத்திருந்த ஒரு சிறு கருப்பு நிற கைபேசி சார்ஜர் போன்ற ஒன்றை அவன் கையில் இருந்து வாங்கி கலைவாணன் கையில் கொடுத்து இது உனக்கு இன்ஸ்டால் பண்ணத் தெறியுமாமே என்று சுந்தரம் கேட்க, “தெரியும் சார் நா காலேஜ்ல பண்ண ப்ராஜெக்ட் சார், BMS பில்டிங் மானிட்டரிங் சார்” என்று சிரித்தபடி கூறி முடித்தான் கலைவாணன். அதேதான் என்று சுந்தரம் சொல்லிய தருணம் அருண்மொழி சற்று இறுக்கத்தோடு அங்கிள் என்று கருத்தப்பாண்டியன் காதைக் கடிக்க, “தம்பி இத உள்ள இருக்குற கக்கூஸ் ட்ரம்ல மாட்டிக் கொடுத்துரு” என்று கருத்தப்பாண்டியன் கலைவாணனிடம் உத்தரவிட, கையில் வைத்திருந்த அந்த மின்னணு சாதனத்தை வாங்கிய கலைவாணன், இன்னொரு டிவைஸ் எங்க என்று அருண்மொழியிடம் கேட்டான். எதுக்கு ஒண்ணுதான என்று பதிலளித்த அருண்மொழியிடம், இது வாட்டர் லெவல் மாக்ஸிமம் மட்டும்தான் அளந்து ட்ரான்ஸ்மிட் பண்ணும், யூசேஜ் சென்சார் இதுல இருக்காது என்று கலைவாணன் தெரிவிக்க, கைபேசியை எடுத்து ஒரு நம்பரை அழைத்த அருண்மொழி இதுக்கு இன்னொரு டிவைஸ் வருமாடா என்று ஒரு நண்பனிடம் கேட்டு "ஓ.. சரி அந்த சென்சார் பாக்ஸ்ல இருக்கா" என்று கேட்டு, சிறிதும் சலனம் இல்லாமல் கீழே சென்று எடுத்து வருவதாகக் கூறி இரண்டாம் தளத்தில் இருந்த அந்தப் பொருளை எடுத்து வந்து கலைவாணன் கையில் கொடுக்க, அதை கலைவாணன் லாவகமாகப் பொருத்தி இரண்டு மின்னணு சாதனங்களையும் எடுத்து உள்ளே சென்றான்.

ஒரு அழுக்கு படிந்த கழிப்பறை குடுவை அது, ஆங்காகே எச்சிலும், நரகலும் சிந்திக் கிடந்த அந்த அறைக்குள் சென்ற அடி மறைவதற்குள்

திரும்பிய கலைவாணனிடம் " என்ன தம்பி அதுக்குள்ள மாட்டிட்டியா " என்று ஏதும் புரியாதது போல் கேள்வி கேட்ட கருத்தப்பாண்டியனுக்கு பதிலளிக்கும் விதமாக தனது வெள்ளை சட்டையை கழட்டி வெளியில் இருந்த கதவில் மாட்டி உள்ளே சென்று தாளிட்ட அடுத்த நொடி "சளார் சளார்" என்று தண்ணீர் சத்தம் வெளியே கேட்டது.

பின் அடுத்த பதினைந்து நிமிடத்தில் கதவைத்திறந்து வெளியே வந்த கலைவாணன் "மாட்டியாச்சு சார்" என்று சுந்தரத்திடமும், கருத்தப்பாண்டியனிடமும் தெரிவிக்க "கம்யூனிகேஷன் வருதான்னு செக் பண்ணிக்க" என்று அருண்மொழியிடம் தெரிவித்து கையில் வைத்திருந்த மடிக்கணியை இயக்கி அதில் ஏதும் தரவுகள் வராமல் இருக்கவே "சரியா பிக்ஸ் பண்ணியா" என்று கலைவாணனிடம் அருண்மொழி கேட்க, மனதிற்குள் சிரித்துக் கொண்ட கலைவாணன் இங்க கொடு என்று மடிக்கணியைக் கேட்க, “பரவால்ல என்ன பண்ணனும்னு சொல்லு, நானே மாத்துறேன்” என்று கூறி கலைவாணன் சொன்ன அமைப்புகளை கணினியில் மாற்றி அவற்றை நிலை நிறுத்திக் கொண்டான் அருண்மொழி.

கலைவாணனின் பணியைக் கவனித்த சுந்தரம், “பரவால்லயே ஸ்மார்ட் சிட்டில வர கக்கூஸ் கான்ட்ராக்ட் உன்னட்ட கொடுத்தா கொஞ்சம் தலைவலி இல்லாம இருக்கலாம் போல” என்று கூற, சிரித்துக் கொண்டான் கலைவாணன். வாப்பா டீ குடிச்சுட்டு வருவோம் என்று கருத்தப்பாண்டியனும், சுந்தரமும் கூப்பிட, சரி சார், என்று கூறி கலைவாணன் அவர்களோடு செல்லத் தயாரானான். எனக்கு கொஞ்சம் ஒர்க் இருக்கு அங்கிள், கீழ உங்களுக்கு மானிட்டரிங் லிங்க் அனுப்பிடுறேன், இதுக்கு அட்வான்ஸ் மட்டும் வந்திருக்கு, அடுத்ததா பண்ணைப்பட்டி வாட்டர் ஸ்டேஷன் ஆடோமேட் பண்ணனும்னு அழகர் சார் சொன்னாங்க அங்கிள் என்று தனது அடுத்த பணியையும் உறுதி செய்துகொண்டு அங்கிருந்து கிளம்பினான் அருண்மொழி. அழகர் சார் கீழதான் இருக்காரு நா டீ குடிச்சுட்டு வரேன் பார்த்துட்டு கூட போகலாம் என்று கருத்தப்பாண்டியன் கூற, சுளீர் என்று இருந்தது கலைவாணனுக்கு, தனது கையைக் கழுவுவது போல அங்கிருந்த குழாய் பக்கம் சென்ற கலைவாணன் குனிந்துக் கையை கழுவிக்கொண்டிருக்க தம்பி போலாமா என்று குரல் குடுத்த சுந்தரத்திடம் “சார் நீங்க எறங்குங்க சார் நா பின்னாடியே வரேன்” என்று கூறி அவர்களைக் கீழே அனுப்பி வைத்து, தனது மாமா ஆதிமூலத்தை அழைத்து " மாமா, சுந்தரம் சார் எதுவும் எதிர்பாக்குறாரா, அழகர் சார் கீழதான் இருக்காரு ஆனா என்னட்ட கேம்ப் போயிருக்குறதா

சொல்லி வியாழக்கிழமை கூப்பிடச் சொன்னாரு..என்று கலைவாணன் கூற ஐயா அப்படிலாம் செய்யமாட்டாரே என்று ஆதிமூலம் சொல்ல, ஏதோ மூளைக்குத் தோன்றியது போல் “சரி வைங்க, நா திரும்ப கூப்புடுறேன்” என்று கூறிய கலைவாணன் அழைப்பைத் துண்டித்துக் கீழே இறங்கி தேநீர் கடையில் ஏற்கனவே நின்று புகைபிடித்துக் கொண்டிருந்த சுந்தரம் அருகே சென்று நின்றான். “ஒனக்கென்னடா டீயா, காப்பியா" என்று கேட்ட சுந்தரத்திடம் ஐயா டீங்கய்யா என்று கூறியவுடன், படர்ந்து கிடந்த சுந்தரத்தின் முகத்தில் முதன்முதலாய் சிரிப்பைப் பார்த்தான் கலைவாணன்.

சிரித்த வாக்கில் சூடான தேநீரில் ஆடை எடுப்பது போல் விரலால் தேனீரை எடுத்து சுண்ட அது கலைவாணனின் வெள்ளைச் சட்டையில் பட்டுத் தெறிக்க வெள்ளைச் சட்டை கறைபட்டது. “டேய் தம்பி பாத்து நில்லுடா..! என்று கூற அதையும் புரிந்து கொண்ட கலைவாணன்,ஐயா பரவால்லங்கய்யா என்று கூறி தேநீரை அருந்திவிட்டு வியாழக்கிழமை வரவாங்க ஐயா என்று கேட்க, இன்றே பார்த்து விடலாம் என்று கூறி அழகரை சந்தித்து தூய்மைப் பணிக்கான ஒப்பந்தத்தையும், ஸ்மார்ட் சிட்டி ஹவுஸ் கீப்பிங் ஒப்பந்தத்தையும் ஒருசேர வாங்கிக் கொடுத்தார் சுந்தரம்.

அன்றே அனைத்து பணிகளையும் முடித்து அடுத்த முப்பது நாளில் ஆரம்பமாக இருந்த அவனது ஒப்பந்தப் பத்திரத்தைக் கையில் வாங்கி, கீழே இறங்கியவன் முதலாவதாக கொலைமுயற்சிக் குற்றத்தில் கைதான தனது சகோதரனின் பிணை தொடர்பாக, அவனை குற்றத்தில் ஈடுபட வைத்த அய்யனாரின் வக்கீலை அழைத்து, தொகை அடுத்த மாதம் ஏற்பாடு செய்து தருவதாகக் கூறி பின் தூய்மைப் பணியில் இருக்கும் தனது சொந்தங்களிடம் தகவலைத் தெரிவித்தான்.

தனது நண்பனின் அச்சகத்திற்கு அழைத்து தூய்மை பணிக்கு ஆட்கள் தேவை என்று போஸ்டர் அடிக்கக் கூறியவனிடம்,

எங்க ஒட்டச்சொல்ல என்று அவனது நண்பன் கேட்க, நம்ம ஏரியா தண்ணித்தொட்டி, அத சுத்தி எல்லா சொவத்துலையும் என்று பதில் கூறிய தருணம், மாலை நேரத்து தலைப்புச் செய்திகளில் மழை நீர் யாவும் பயனின்றிக் கடலில் சேர்ந்ததாக செய்தி ஒட்டப்பட்டதைப் பார்த்துக் கடந்து சென்றான் கலைவாணன்.

“ஏண்டா வேற ஏரியாலலாம் இந்த போஸ்டர் ஒட்ட மாட்டானுங்களா” என்று கேள்வி கேட்ட தனது நண்பன் கலைவாணனை ஒரு நொடி நினைத்து, தூய்மைப் பணிக்கு ஆட்கள் தேவை என்ற சுவரொட்டியை அச்சில் ஏற்றினான் கௌதமன்.

6.
கற்பு

அக்னி நட்சத்திரம் முடிந்த பின்பும் சுடுகதிர்களை சிறிதளவும் குறைத்துக் கொள்ளாத சூரியன், அன்றைய வைகாசித் திங்களில் திடீரென சுருக்கிக் கொண்டான். செய்திகள் தெரிவித்தது வெப்பத்திற்கு சலனம் ஏற்பட்டதால் இன்று மழைக்கு வாய்ப்பென்று. வெக்கை அடித்தால் என்ன மழை பெய்தால் என்ன, மறந்தும் கூட வெளியில் தலைகாட்டாமல் அலுவலகத்தில் அமர்ந்து பணிகளைப் பார்த்துக் கொண்டிருந்தான் கோகுலக்கண்ணன்.

நண்பகல் பன்னிரண்டு அளவில் மேஜையில் வைத்திருந்த அவனது கைபேசி சிணுங்க, அழைப்பை எடுக்காமல் துண்டித்து, *I'm in a meet ing* என்ற தானியங்கி குறுஞ்செய்தியைத் தட்டி விட்டான் கண்ணன்.

வீட்டிலிருந்து அழைப்பு வந்தால், வேலையே இல்லை என்றாலும் கூட அழைப்பைத் துண்டிப்பது அவனது வாடிக்கை. குறிப்பாக கண்ணனின் மனைவி ரம்யாவிடம் இருந்தோ, ரம்யாவின் இல்லத்தார் யாராவது அழைப்பு கொடுத்தாலோ அதை கண்டிப்பான முறையில் நிராகரித்து, அந்த அழைப்பிற்கு ஒரு நினைவூட்டல் ஏற்படுத்திக் கொண்டு அடுத்த இருபது நிமிடங்களில் மீண்டும் அழைத்து " ம்ம்ம்... ஒரு மீட்டிங்ல இருந்தேன் " என்று கூறி ஆரம்பிப்பது கண்ணனின் வாடிக்கை.

அப்போது வந்த அழைப்பு ரம்யாவின் அழைப்பாக இருக்க அடுத்த இருபது நிமிடத்தில் வழக்கம் போல மீண்டும் அழைத்து "ம்ம்ம்... சொல்லு" என்று ஆரம்பித்தான் கண்ணன். "சாப்டாச்சாப்பா" என்று ஆரம்பித்தாள் ரம்யா. "ம்ம்ம்... ஆச்சு நீ என்ன பண்ற" என்ற கண்ணனின் கேள்விக்கு "இருக்கேன்" என்று மெதுவாக ரம்யா கூற,

"ஏன் ஒரு மாதிரி பேசுற" என்றான் கண்ணன். "அதெல்லாம் ஒண்ணுமில்ல, ஒரே ட்ரெளவுசியா இருக்குப்பா..! என்று ரம்யா பதில் கூற," டேப்ளெட்ஸ்லாம் கரெக்டா போடுறீல" என்று பதறினான்

கண்ணன். “அதெல்லாம் கரெக்ட்டா போடுறேன்” என்று ரம்யா பதில் உரைக்க, “ஆமப்பா சேஃப்டியா இரு” என்று கண்ணன் பதில் கூற, “அதான் என்ன அசையக்கூட கூடாதுன்னு எங்க அம்மா வீட்ல விட்டுடீங்களே அப்பறம் என்ன, எல்லாம் சேஃப்டியாதான் இருக்கேன், உங்க பையன் நல்லா இருக்கான், எனக்குதான் வாந்தி மயக்கம்னு உயிரு போகுது... என்று ரம்யா செல்லமாகக் கோபித்துக் கொண்டாள்.

உங்க பையன் என்ற கூற்று கண்ணனுக்கு மனதளவில் விருப்பப் பட்டதாக இருந்தாலும், ஒரு ஒப்புக்கு ரம்யாவிடம் அது எப்படி பையன்னு சொல்ற, பொண்ணா இருந்தா?.. என்று கேள்வி கேட்டான். கண்ணனின் சிந்தனையை நன்கு அறிந்திருந்த ரம்யா "பாப்போம் யாருனு " என்றளவில் பதில் கூறி நேராக அழைத்ததற்கான காரணத்திற்கு வந்தாள். தீர்த்தம் குடுக்குறதுக்கு இந்த வாரம் வேண்டாமாம் அடுத்த சண்டே வெச்சுக்கலாம்னு அப்பா சொன்னாங்க என்று ரம்யா கூற, ஏன் இந்த வாரம் என்ன?... என்று வேகமாக கேள்வி யெழுப்பினான் கண்ணன். “இந்த வாரம் தேய்பிறையா இருக்குன்னு அப்பா சொல்றாங்க, அமாவாசைனு அன்னைக்கு தேதி வெச்சது ஆனா அமாவாசை நேரம் மதியம் தான் ஆரம்பிக்குது, அதனாலதான்” என்று ரம்யா தெரிவித்தாள். சரி என்று ஆமோதித்து பிறகு பேசுவதாகக் கூறி அழைப்பை துண்டித்தான் கண்ணன்.

அழைப்பைத் துண்டித்து இருக்கைக்குத் திரும்பிய கண்ணனின் முகத்தில் லேசான ஒரு ஏமாற்றம் தெரிந்தது. ஏதோ சிந்தனையில் மூழ்கி இருந்தவன், பட்டென தனது கைபேசியை எடுத்து ஒரு எண்ணை அழைத்து, "இன்னைக்கு வாய்ப்பு இருக்கா?..." என்று கேட்டு, அதைத் தொடர்ந்து என்னய்யா இப்படி சொல்ற, ஒரு ரெண்டு மணி நேரம் கூட கேப் இல்லையா என்றான். எதிர் முனையில் ஏதோ பேச " நோ... நோ... நார்த்தலாம் வேண்டாம். விடு நா பாத்துக்குறேன்" என்று கூறி அழைப்பைத் துண்டித்தான்.

கண்ணன் உள்ளிட்ட நால்வருக்கு மட்டும் ஒரு சிற்றறை கொடுக்கப்பட்டிருந்தது, மேலும் கண்ணன் அமர்ந்திருக்கும் இடத்திற்குப் பின்புறம் வெப்பப் பராமரிப்பு சுவர் இருப்பதால், கண்ணனின் கணினியை அவன் இருக்கைக்குப் பின்னால் இருந்து பார்ப்பது கடினம்.

இடமும் வலமும் பார்த்து விட்டு தனது இருக்கையை மேசை அருகில் ஒட்டி வைத்துக் கொண்டு கணினியை மறைநிலை முறைக்கு மாற்றம் செய்து ' *Escorts in Chennai* ' என்று கூகுளில் தேட பல இணைய முகவரிகள் சுமந்து வந்த இணையப்பக்கத்துக்கு ஒரு புன்னகையைக் காட்டி விட்டு, அதில் ஒரு இணைய முகவரியைத் தட்ட, உள்ளே சென்றவுடன் *'Tamil women near T nagar'* என்று தேடிப் பார்க்க, வந்து குவிந்தது இருபதுக்கும் மேற்பட்ட விளம்பரங்கள் தொலைபேசி எண்களோடு.

அதில் தேடி ஒரு தொலைபேசி எண்ணை எடுத்து, அதை ட்ரு காலரில் சரி பார்த்துக் கொண்டு அழைத்தான் கண்ணன். எதிரில் ஒருவர் எடுத்து "ஹலோ" என்று குரல் கொடுக்க. யார் என்ன என்று எதுவும் கூறாமல் இன்னைக்கு ஈவினிங் ஏழு மணிக்கு, தமிழ் பொண்ணுதான் வேணும், *don't make me irritated there*" என்று கண்ணன் குரல் குடுக்க, *"okay bro"* என்று பதில் கூறிய அந்த எதிர்ப் புறம் பேசியவரிடம் "தமிழ் *women* இல்லைனா சொல்லிருங்க *bro*" என்று கண்ணன் மீண்டும் கறாராக பேசினான். *"okay sir* பக்கா தமிழ் *housewife* இருக்காங்க *don't worry*, நீங்க லோட்டடஸ் பார்க் கிட்ட வந்துட்டு கால் பண்ணுங்க " என்று அந்த நபர் கூற" *rate* என்ன? "என்று வினவினான் கண்ணன்." 2 *hours* 3500 சார் " என்று பதில் வரவே, *"safety* தான *and A/C* ரூம்தான" என்று மீண்டும் கண்ணன் கேள்விக் கணைகளைத் தொடுக்க, "பக்கா *safety* சார், குச் மே *problem* நஹி சார் "என்று பதில் கிடைத்தவுடன் அழைப்பைத் துண்டித்தான் கண்ணன்.

ரம்யாவிடம் பேசி முடித்த பின் முகத்தில் தெரிந்த ஏமாற்றம் சற்று விலகி உற்சாகமாக இருந்தான் கண்ணன். அலுவலகப் பணிகளைத் துரிதமாக முடிக்க ஆரம்பித்தான். மதிய உணவு இடைவெளியின் போது சென்று அலுவலகம் அருகில் இருக்கும் ஒரு புகழ் பெற்ற இனிப்பு பலகாரக் கடையில் பாதாம் மற்றும் பிஸ்தாக்களால் நிறைந்த ஒரு குளிர் பானத்தை வாங்கிப் பருகி, மீண்டும் திரும்புகையில் வழக்கமாகச் செல்லும் ஒரு மருந்துக் கடையில் ஒரு மாத்திரையும், சுவையூட்டப்பட்ட ஆணுறைகளையும் வாங்கி தனது மகிழுந்தின் முன் பலகையில் வைத்துக் கொண்டான்.

மாலை ஆறு மணிக்கெல்லாம் பணியை முதல் ஆளாக நிறைவு செய்து வீட்டுக்குக் கிளம்பினான் கண்ணன். வீட்டிற்குச் சென்றவன் உடனே குளித்து, வாசனை திரவியங்களால் உடலைக் குளிப்பாட்டி, ஆறேமுக்கால் மணிக்கெல்லாம் லோட்டடஸ் பூங்கா வந்து நின்றான்.

தனக்குத் தெரிந்தவர்கள் யாரும் தென்படுகின்றனரா? என்று நோட்டம் விட்ட பின் மதியம் அழைத்த எண்ணை மீண்டும் தொடர்பு கொள்ள "ப்ரோ வந்தாச்சா "என்று அந்த நபர் கேட்டார்." ஆமாங்க இங்கதான் லோட்டஸ் பார்க் பேக் கேட்ல நிக்குறேன். என்றான் கண்ணன்.

மகிழுந்தை ஒரு ஓரமாக நிப்பாட்டி விட்டு இங்க இருந்து ரொம்ப தூரமா என்றான் கண்ணன். “இல்ல ப்ரோ, அப்படியே ரைட் சைடு ஒரே *straight* கிருஷ்ணா ரெசிடென்சினு ஒரு *service apartment* இருக்கு பாருங்க, அதுல *house* நம்பர் 3230” என்று கூற அழைப்பைத் துண்டித்து, வாகனத்தைக் கிளப்பியவன், ஏதோ சிந்தித்து வாகனத்தை நகர்த்தாமல் அங்கேயே ஓரங்கட்டி நிப்பாட்டி விட்டு இறங்கி நடந்து சென்றான் அந்த கிருஷ்ணா ரெசிடென்சிக்கு.

ஒரு சிறு படபடப்பும் ஆர்வமும் ஒருசேர, அவனது கைகள் குளிர ஆரம்பித்தது, அதீத ஆர்வத்தால் வயிற்றைப் பிசைந்தவாறு ஒரு குழப்பம் இருந்தது. அவ்வார்வம் சற்றும் குறையாமல் மூன்றாவது தளம் சென்று சேர்ந்தான். மூன்றாம் தளத்தில் இறங்கியதும் தனதுக் குழாய் பையில் வைத்திருந்த வாய் புத்துணர்ச்சியை எடுத்து அடித்துக் கொண்டு, வீட்டு எண் 3230ன் அழைப்பு மணியை அழைக்க, கதவைத் திறந்த ஒரு பதுமை, "ஆயியே சாப்" என்று அழைக்க, புருவத்தைச் சுருக்கி நின்ற கண்ணனிடம் "சாப் மேரா நஹி, அந்தர் சே தமிழ் மஹிமா ஆயேகா, அந்தர் ஜாவ் சாப்" என்று வலது புறமாக கையை நீட்டி ஒரு அறையைக் காட்ட, அந்த அறையை நோக்கி மெல்ல நடந்தான் கண்ணன்.

கண்ணனை அனுப்பிய அந்தப் பதுமை எதோ முணுமுணுக்க அவளைக் கண்டுகொள்ளாமல் அந்த அறைக்கு சென்று கதவைத் தட்ட பூட்டப்படாத அந்த அறையின் கதவு திறந்தது. உள்ளே கருப்பு நிற சுடிதாருடன் ஒரு பெண் அலைபேசியில் “ஆண்ட்டி சொல்றத கேளு, சேட்ட பண்ண கூடாது, அம்மா 8.30க்கு வந்துருவேன்” என்று பேசிக் கொண்டிருந்தாள். மொழிப்பற்று மிகுதியில் பூரித்தபடி உள்ளே நுழைந்தான் கண்ணன்.

உள்ளே நுழைந்தவன், நேரத்தைப் பார்க்க மணி ஏழாகி இருந்தது, “இப்பவே ஏழாகுது எப்படி எட்டரைக்கு கௌம்புவா?... என்று தனக்குள் முணுமுணுத்துக் கொண்டே தான் உள்ளே வந்ததைத் தெரிவிக்கும் பொருட்டு கதவை வேகமாக சாத்தினான். உடனே அழைப்பைத் துண்டித்து எழுந்த அந்தப் பெண் தனது கைபேசியை அவளது கைப்பையில் வைத்து நிமிர்ந்து பார்க்க, அமைதியானான்

கண்ணன். "டேய் கோகுல் நீ எங்கடா இங்க" என்று கேட்ட அந்தப் பெண்ணிடம் திவ்யா நீயா?... என்றான் கண்ணன்.

கண்ணனும் திவ்யாவும் கல்லூரிக் காதலர்கள். நான்கு வருட காதல் திவ்யா பெற்றோரின் பிடிவாதத்தால் சிறு குழப்பம் நிலவ, அந்தப் பையன் வீட்ல இருந்து வந்து பார்க்கச் சொல்லு, என்று அவளது பெற்றோர் மனமிரங்கிய நேரம், கண்ணனின் பாதுகாப்பான தப்பித்தலால் முறிந்தது அவர்களது காதல். "நா எவ்ளோ நாள் வேணும்னாலும் வெயிட் பண்றேன், உன் அப்பா அம்மாவ கன்வின்ஸ் பண்ணி வந்து எங்க வீட்ல பேசச் சொல்லு கோகுல்" என்று கெஞ்சிய திவ்யாவிடம், "அதற்கு வாய்ப்பே இல்லை என்றும் அவனது தந்தை அவனைக் கொன்று விடுவார்" என்று கூறி பயந்து நழுவி ஓடிய கண்ணன்தான் இன்று அவள் முன் நிற்பது. அதோடு தன்னை ஏமாற்றி விட்டு திவ்யா வேறொருவரை திருமணம் செய்து கொண்டாள் என்று அனுதாபங்களும் சேர்ந்து கொண்டது கண்ணனின் கணக்கில்.

திவ்யாவைப் பார்த்ததும் என்ன செய்வதென்று அறியாத கண்ணன், அவளிடம் எவ்வாறு பேச்சை ஆரம்பிப்பது என்று தெரியாமல் ஏ திவ்யா நீ எப்படி இந்த மாதிரி..? என்று கேட்க, குறைந்த பட்சம் போலியாகவாவது எப்படி இருக்க?... என்று கேட்பான் என எதிர்பார்த்த திவ்யா மனதில் சல்லென காற்றிரைத்த மணல் போல இந்தக் கேள்வி விழ, சிரித்துக் கொண்டு நீ எப்படி இருக்க கண்ணா, நல்லா இருக்கியா?... என்றாள். அதற்கு செவிகொடுக்காத கண்ணன் மீண்டும் " நீ எப்படி இந்தத் தொழிலுக்கு வந்த?..." என்ற கேள்வியை வைக்க, அதில் அவனுக்குப் பெரிதான வருத்தம் ஒன்றும் இல்லை என்பது தெளிவாகத் தெரிவித்தது அத்தொனி. அவளுக்கும் அவளது கணவருக்கும் ஏற்பட்ட மனக்கசப்பு பற்றியும், கணவனைப் பிரிந்து தனியாக தனது மகளுடன் இருப்பது பற்றியும், கூறினாள் திவ்யா.

நமட்டாக சிரித்தபடி "அதுக்கு எதுக்குடி இந்தத் தொழிலுக்கு வந்த "என்று மீண்டும் கேட்டான் கண்ணன். அந்தக் கேள்வியில் ஒரு ஏளனமும் எள்ளலும் இருந்தது என்பது அந்தக் கேள்வியைக் கேட்பது யாராயினும் புரிந்து கொள்ள முடியும். அதே கேள்விகள் அவளுக்கும் இருக்கவே முகதாட்சணை கருதி அதைக் கண்ணனிடம் கேட்காமல், படிச்சு முடிச்சோன நம்ம லவ் மேட்டர் வீட்ல தெரிஞ்சதால, என்ன அடுத்ததா, கேம்பஸ்ல கெடச்ச வேலைக்குகூட போக விடல, அந்த வருசமே எனக்கு மேரேஜ் எங்கேஜ் பண்ணிட்டாங்க, என் மேல இருந்த நம்பிக்கை என் அப்பா அம்மாக்கு போய்டுச்சு, சோ

கல்யாணம் ஆன கையோட குழந்தை பொறந்திருச்சு, ஏன் படிச்சேன் எதுக்கு படிச்சேன்னு தெரியல, குழந்தை பிறந்த ஒன்னரை வருசத்துல இருந்தே எங்க ரெண்டு பேருக்குள்ள *misunderstanding*, அவசரகதியா எல்லாமே முடிஞ்சு போச்சு. அதுக்கு அப்பறம் வேலைக்குப் போனா எனக்கு வெறும் பத்தாயிரம் சம்பளம் கெடச்சது. என் பொண்ணு என் *husband* வீட்ல இருக்கும் போது நல்ல லைப் ஸ்டைல்ல வாழ்ந்தா, என்னோட சம்பளத்துல பிளஸ் என் அம்மா வீட்ல இருந்து கிடைக்கிற ஹெல்ப்புல, அவளுக்குத் தேவையான விஷயத்தை என்னால செய்ய முடியல, வாரம் ஒரு தடவ அவ அப்பாவோட போறத அவ விரும்ப ஆரம்பிச்சா, எனக்கு என் பொண்ணு மட்டுமாச்சு எனக்குன்னு தேவைப் பட்டா, அதுனால வந்ததுதான் இந்தத் தொழிலுக்கு, *upper middle class* குடுக்குற *peer presure*, என்று திவ்யா கூறி முடிக்க, எப்போது முடிப்பாள் என்று காத்துக் கொண்டிருந்தவன் போல, அவளருகில் வந்தான் கண்ணன்.

அருகில் வந்து அவளை உற்றுப் பார்த்து, நம்ம அப்புறம் இதைப் பற்றி பேசலாம், ஒன்பது மணிக்கெல்லாம் கதவைத் தட்ட ஆரம்பிச்சுடுவாங்க, என்று கூறி தனது முன்னாள் காதலியை படுக்கையில் தள்ளி தான் வந்த வேலையை இயந்திரகதியான தோரணையில் ஆரம்பித்தான் கோகுலக் கண்ணன்.

அவளைப் பற்றி சிந்திக்கத் துளியும் நேரம் இல்லாதவனாக நடந்து கொண்டு நாற்பது நிமிடத்தில் முதல் ஆட்டத்தை முடித்து எழுந்தான் கண்ணன்.

கழிவறை சென்று மீண்டும் திரும்பிய கண்ணன், சுடிதார் அணிந்து உட்கார்ந்திருந்த திவ்யாவைப் பார்த்து "ஏய் 2 *hrs* பேசியிருந்தேன் என்ன கௌம்பிட்ட" என்று கூறி மீண்டும் ஒரு மணி நேரம் தன் இச்சைகளைத் தீர்த்து எழுந்தான். மீண்டும் ஒரு முறை கழிவறை சென்று திரும்பியவன் இப்ப சொல்லு என்ன ஆச்சுன்னு..? என்று திவ்யாவிடம் கேட்க, பேசுவதற்குச் சிறிதும் மனமில்லாமல் சீக்கிரம் கிளம்ப வேண்டும் என்ற மனநிலையில் மீண்டும் ஒருமுறை தனது கதையைக் கூறி முடித்தாள் திவ்யா.

அவளது கடந்த காலத்தை அவன் ரசிப்பதாகவே தெரிந்தது திவ்யாவிற்கு. அதோடு அவள் பேச்சை முடித்துக் கொண்டாள். கண்ணன் ஏதும் கூறாமல் கட்டிலில் அமர்ந்திருக்க ஏதாவது பேசி அவனைக் கிளப்ப வேண்டும் என்ற மனநிலையில், "நீ என்ன பண்ற, கல்யாணம் ஆகிட்டதா கேள்விப்பட்டேன் அப்பறம் என்ன?"

என்று திவ்யா கேள்வி கேட்க, மிகத் தோரணையாக தான் வாழும் வாழ்க்கையையும், தனது மனைவி பிரசவத்திற்குச் சென்றிருப்பதையும் தெரிவித்தான் கண்ணன்.

அப்போதே வெளியில் இருந்து ஒருவர் கதவைத் தட்ட, நேரத்தைப் பார்த்த கண்ணன் "ஒரு டென் மினிட்ஸ் இருக்கு" என்று குரல் கொடுத்து குளிக்கக் கிளம்பினான்.

குளியலறை சென்று திரும்பியவன், வெயிட் பண்ணு திவ்யா நம்ம வெளில போய் சாப்பிட்டு போகலாம் என்று சொல்ல, வேண்டாம் என்று வர மறுத்த திவ்யாவை வற்புறுத்தி சம்மதிக்க வைத்துக் கிளம்பினான் கண்ணன். திவ்யாவை அழைத்துக் கொண்டு வெளியேறியவன் நேராகச் சென்று தூரத்தில் நிறுத்தி வைத்திருந்த தனது மகிழுந்தை எடுத்து பக்கத்தில் இருந்த உணவகம் வந்து நிப்பாட்டினான்.

வண்டியில் இருவரும் எதுவும் பேசாமல் அமைதியாக வந்தனர். மகிழுந்து அருகில் இருக்கும் ஒரு பெரிய உணவகத்திற்குச் சென்று நிற்க, " நீ சாப்பிட்டு போ கண்ணா, நா கிளம்புறேன், என் பொண்ணு வெயிட் பண்ணுவா, அவள விட்டுட்டு நா ஹோட்டல் போறதில்ல, so என்ன bus standல விட்று "என்று திவ்யா கூற," ஏய் வா அவளுக்கும் ஏதாச்சு வாங்கிட்டு போலாம்" என்று கூறி அவளை விடாப்பிடியாக உணவகத்திற்கு உள்ளே அழைத்துச் சென்றான் கண்ணன்.

உள்ளே கண்ணனுக்கு எதிர் இருக்கையில் உணவருந்துவதற்கு மனமற்றமவளாக அமர்ந்திருந்தாள் திவ்யா. அதுவும் கண்ணனோடு சேர்ந்து உணவருந்த அவளுக்கு சுத்தமாகப் பிடிக்கவில்லை. நெடிய போக்குவரத்து புகைமூட்டத்தில் சிக்கிய பட்டாம்பூச்சியாக அமர்ந்திருந்தாள் அவள். திவ்யாவின் அசௌகரியம் தெரிந்தே பேச்சை ஆரம்பித்தான் கண்ணன். எதுக்கு இந்த மானங்கெட்ட பொழப்பு, கண்டவனோட போய் ச்ச்செய், என்று கூறி தனது தோளை குலுக்கி தனது அருவருப்பைக் காட்டிக் கொண்டான். எதிரில் எதுவும் பேசாமல் அமைதியாக அமர்ந்திருந்தாள் திவ்யா. "ஏதாச்சு *react* பண்ணு திவ்யா, அமைதியா உக்காந்திருக்க" என்று கண்ணன் கேட்க, வினையாற்றுவதற்கு மனமற்ற திவ்யா, விடு கண்ணா உனக்கு சொன்னா புரியாது என்று கூறினாள். *"Then you don't have any reasons right"* என்று மீண்டும் கேள்வியை விடாமல் பேச்சைத் தொடர்ந்தான் கண்ணன். விடு ப்ளீஸ் எனக்கு லேட்டாகுது, என்று கூறி மேலும் தொடர்ந்தவள் என் வாழ்க்கை இதுதான், இதுல எவ்ளோ சொன்னாலும் ஒரே இடத்திலதான் அந்த வாழ்க்கை சுத்திக்கிட்டு இருக்கு, அத விடு,

நீ எங்க ஓர்க் பண்ற, *life* எப்படி போகுது..? என்று பேச்சை மாற்ற முயன்ற திவ்யாவின் முயற்சி தோல்வியடைந்தது என்று சொல்லித் தெரிய வேண்டியதில்லை.

மீண்டும் மீண்டும் பேச்சைத் தொடர்ந்த கண்ணன், நீயும் அதே குடும்ப கஷ்டத்தைத் தான சொல்ற, என்று கூற, ப்ளீஸ் கண்ணா இந்தப் பேச்சை இத்தோட விட்ரு, இந்த டாபிக் மட்டும் வேண்டாம்,என்று சிறிது மூர்க்கமாக சொல்லியவள், கண்ணன் மீண்டும் இந்தப் பேச்சை தொடராமல் இருக்க அவனுக்கு ஏற்றாற் போல உன் சாபமோ என்னவோ என்று ஒரு கூற்றையும் சேர்த்து கூறி அமைதியானாள் திவ்யா.

அவன் மனம் நிறைவடையும் படியான ஒரு கூற்றை சொல்லியதால் சிறிது இடைவெளி விட்டு உள்ளூர ஒரு சாந்த கிளர்ச்சி அடைந்தவன், அதைக் காட்டிக் கொள்ளாமல், " நீ என்ன காரணம் வேணா சொல்லு, குழந்தை, வாழ்க்கை,படிப்பு, வேலை, இதெல்லாம் சும்மா எல்லார மாதிரி உனக்கும் ஒரு *justification* வெச்சுக்கிற" என்று கூறிக் கொண்டே தொடர்ந்த கண்ணன், " இந்த வாழ்க்கை வாழத்தான் என்ன ஏமாத்திட்டு இன்னொருத்தன கல்யாணம் பண்ணியா?... என்று சமயம் பார்த்து தனது வன்மத்தைக் கக்க, சிரித்துக் கொண்ட அவள், “விடு கண்ணா ஏதாச்சு மாறப்போகுதா?..." என்று கூறி உணவகத்தில் ஓடிக் கொண்டிருந்த தொலைக்காட்சியைப் பார்த்துக் கொண்டிருந்தாள் திவ்யா.

அதில் அந்த வருடத்திற்கான *IPL* தொடர் ஒளிபரப்பாகிக் கொண்டிருந்தது. அது ஒரு தகுதிச் சுற்று ஆட்டம், சென்னை அணியின் ஆட்டம், அதுவும் சென்னை அணி சேசிங் செய்து கொண்டிருந்தது. ஆகையால் உணவகத்தில் அனைவரும் அந்தப் போட்டியை ரசித்துக் கொண்டிருந்தனர்.

சென்னை அணியின் விக்கெட்டுகள் வேகமாக சரிய, வீழ்ந்த பேட்டிங் வரிசையை நிலைநிறுத்தி தோனி நிதானமாக ஆடிக் கொண்டிருந்தார். உணவகத்தில் போட்டியைப் பார்த்துக் கொண்டிருந்த ரசிகர்கள் அனைவரும், தாங்களே விளையாடுவது போல ஒவ்வொரு பந்துக்கும் இப்படி ஆடி இருக்கலாம் அப்படி ஆடி இருக்கலாம் என்று என்று கூறி தோனியின் ஆட்டத்தை விமர்சித்துக் கொண்டிருந்தனர். அவர்களைப் பார்த்துக் கொண்டிருந்த திவ்யா கண்ணனை நோக்கி “இங்க இவ்ளோ பேரு இங்க இருந்து தோனிக்கு எவ்வளவு ஐடியா கொடுக்குறாங்க, ஆனா யாராவது ஒருத்தர் அந்த பிட்ச்ல நின்னு, அவ்ளோ ஸ்பீட்ல வர பால ஃபேஸ் பண்ணிருக்க முடியுமா, உள்ள

விளையாடுற அவருக்கு மட்டும்தான் அங்க இருக்குற சூழலும், கஷ்டமும் தெரியும்" என்று கூறி முடித்து சிறிது நேரம் அமைதியாக அமர்ந்தாள்.

உணவகத்தில் கூட்டம் அதிகரிக்கவே, உணவு வர தாமதமானதால் மீண்டும் ஒருமுறை கண்ணனை நோக்கி லேட்டாகுது எனக்கு டிபன் வேண்டாம், கிளம்பலாமா..? என்று கேட்டாள் திவ்யா. "ஹே ஆர்டர் பண்ணியாச்சு சாப்பிட்டு போயிடலாம்" என்று வலுக்கட்டாயமாக அவளை சாப்பிட வைத்து அவள் கையில் ஒரு பார்ஸலையும் வாங்கி கொடுத்தவன், வா உன்ன வீட்ல இறக்கி விட்டுறேன், என்று திவ்யாவிடம் கூற, வேணாம் கண்ணா என்ன அசோக் பில்லர் கிட்ட விடு போதும் என்றாள் திவ்யா."நோ நோ... நான் வந்து வீட்ல உன்ன ட்ராப் பண்றேன்" என்று கூறி அவளை மீண்டும் பலவந்தமாக மகிழுந்தில் ஏற்றிக் கொண்டு, ஒரு மிகப்பெரும் தன்னிறைவுடன் மகிழ்ந்து மகிழ்ந்து மகிழுந்தை இயக்கினான் கண்ணன்.

ஏதும் பேசாமல், ஒரு பசியாறிய மரப்பல்லியின் அருகினில் உள்ள சிலந்தி வலையில் சிக்கிய தட்டானை ஒப்ப, செய்வதறியாது மகிழுந்தில் அமர்ந்திருந்தாள் திவ்யா.

ஒருபுறம் சுவாதியின் ஞாபகம் திவ்யாவை துளைத்தெடுக்க, வேறு வழியே இல்லாமல் கண்ணனிடம் தனது வீட்டிற்குச் செல்லும் வழியை சொல்ல எத்தனித்தாள். "வளசரவாக்கம் கேசவர்தினி பஸ் ஸ்டாப் கிட்ட என்ன விட்ரு என்று திவ்யா கூற, "அதுக்கு எதுக்கு பில்லர்ல ட்ராப் பண்ண சொன்ன, என்ற கண்ணனின் கேள்விக்கு "இல்ல இந்த டைமுக்கு 49A பேருந்து மட்டுந்தான் போகும் அதனாலதான் அங்க விடச் சொன்னேன்" என்று பதிலளித்தாள் திவ்யா.

தப்பித்தவறிகூட தான் எந்த பேச்சையும் ஆரம்பித்து விடக் கூடாது என்று மனதிற்குள் ஆழப் பதித்துக் கொண்டவள், வாயைத் திறக்காமல் ஜன்னலோரமாய் வேடிக்கை பார்த்தபடி அமைதியாக அமர்ந்திருந்தாள்.

மீண்டும் தானாக பேச்சை ஆரம்பித்தான் கண்ணன், " பொண்ணு என்ன பண்றா " என்று கேள்வியுடன், போரூர் பகுதியில் நன்கு பரிட்சயம் ஆகியிருந்த பள்ளியின் பெயரைக் கூறினாள் திவ்யா, " அம்மாடி அந்த ஸ்கூலா, மொரட்டு பீசாவுல இருக்கும்" என்று அதிர்ச்சியுடன் கேட்டான் கண்ணன், இந்த மாதிரி ஆடம்பரத்தலாம் கொறச்சிக்கலாம்ல, என்ற கண்ணனின் கேள்விக்கு பதில் ஏதும் இல்லாமல் அமைதியாக வந்தவளை நோக்கி, உனக்கு மாசம்

ஆனா என்ன செலவு வருது, உன் வீட்டுக்காரு சைடுல இருந்து அலிமோனிலாம் எதுவும் கிடைக்கலையா? என்று அவளது மாதாந்திர செலவு மற்றும் வரவுகளை அறிந்து கொள்வதில் மும்முரமாக கேள்விகளைக் கேட்க ஆரம்பித்தான். ஜீவனாம்சம் பற்றிய கேள்விக்கு மட்டும் ஏளனமாக ஒரு சிரிப்பை உதிர்த்து, மற்ற கேள்விகள் எதற்கும் நேரடியாக பதில் கூறாமல் தவிர்த்து வந்தாள் திவ்யா.

ஏறத்தாழ நேரம் இரவு பத்தரை மணியை கடந்திருந்தது, சாலையில் பெரிதாக வாகன நெரிசல் இல்லை எனினும் கண்ணன் மெதுவாகவே மகிழுந்தை இயக்கினான். எப்போது இந்தப் பயணம் முடியும் என்று ஒவ்வொரு நொடியையும் கடத்திக் கொண்டிருந்தாள் திவ்யா, வாகனம் விருகம்பாக்கத்தை தாண்டியவுடன், அடுத்த நிறுத்தத்தில் அவளது வீடு வந்துவிடும் என்று தனது கேள்விகளின் அடர்த்தியை அதிகமாக்கினான், அந்த மகிழுந்து முழுவதும் அவனது விடை கிடைக்கப் பெறாத, ஒரே சாயலிலான கேள்விகளாய் நிறைந்திருந்தது.

இன்னும் இரண்டு கேள்விகள் கேட்டிருந்தால் மகிழுந்துக்குள் மூச்சு விட முடியாத அளவு ஆகியிருக்கும் போல் தோன்றியது திவ்யாவிற்கு. ஒரு வழியாக மூச்சு விடும் நேரத்திற்குள்ளேயே கேசவர்தினி வந்து சேர்ந்தது வாகனம்.

கேசவர்தினி பேருந்து நிறுத்தம் தாண்டி, வண்டியை ஓரம் கட்டிய கண்ணன், " வீட்ல ட்ராப் பண்ணிடுறேன் " என்று கூற, " இல்ல கண்ணா இட்ஸ் ஓகே " என்றவளிடம், வீட்ல யாரு பொண்ண பாத்துப்பா என்று கேட்ட கண்ணனிடம், சிரித்தபடி இப்பயாச்சும் கேட்டியே... என் அம்மா இங்கதான் இருக்காங்க, என்று கூறி, கதவைத் திறக்க முயன்றவளின் வலது கையை பிடித்து ஒரு நிமிடம் என்றவன், “இந்த பொழப்பு உனக்குத் தேவைதானா, உன்னோட மன்த்லி எக்ஸ்பென்ஸ நா பாத்துக்குறேன், வேற ஏதாச்சும் ஒரு வேலை அரேன்ஜ் பண்ணிக்கலாம்” என்றான் கண்ணன். " மௌனமாக தலையை குனிந்தவள், ஏதும் பேசாமல் இருக்க, "நீ யோசிக்காத, இந்த ஏரியா, பாப்பா படிக்கிற ஸ்கூல் ரெண்டையும் மாத்திடலாம், போரூர் தாண்டி போய்ட்டா கொஞ்சம் ரெண்ட் குறைஞ்சிடும், ஒரு 25K இருந்தா போதும்” என்று மீண்டும் பேச, உன் வீடு எங்க..? என்று திவ்யா கேட்டாள், “சைதாபேட்” என்று பதிலளித்தவனின் கைபேசி எண்ணையும், அவனை நாளை எங்கு சந்திக்கலாம் என்று கேட்ட திவ்யாவிடம், தனது அலுவலக முகவரியைக் கொடுத்தான் கண்ணன்,

புன்னகைத்த படி " நாளைக்கு சொல்றேன் " என்று கூறி இறங்கிச் சென்றாள் திவ்யா.

ஏதோ ஒரு பெரும் சாதனை புரிந்தது போல வீடு திரும்பிய கண்ணன், மனநிறைவோடு உறங்கி எழுந்து, அலுவலகம் செல்ல, அடுத்த முக்கால் மணி நேரத்தில், கண்ணனின் கைபேசிக்கு ஒரு அழைப்பு வந்தது, எடுத்துப் பேசிய கண்ணனுக்கு இன்ப அதிர்ச்சியாக எதிரில் திவ்யா பேசினாள். கண்ணா நா கீழ உன் கார்கிட்ட நிக்குறேன் என்று கூற, "ஒரு அஞ்சே நிமிஷம் இரு, ஒரு சின்ன வேலை முடிச்சுட்டு வந்துடறேன்." என்று வழக்கம் போல் கூறி, இருபது நிமிடத்தில் இறங்கி கீழே செல்ல, அங்கு அவளை காணவில்லை. அவளின் எண்ணிற்கு அழைத்து "ஹே நா வந்துட்டேன், கொஞ்சம் லேட்டாயிடுச்சு" என்றவனிடம் "இல்ல இல்ல நீ உடனே வந்தாலும் நா கௌம்பிருப்பேன், உன் கார்ல ஒரு பேப்பர் வெச்சிருக்கேன் வேற யாரும் எடுத்துட்டாங்கனா அதுக்குதான் போன் பண்ணேன்" என்று கூறி அழைப்பைத் துண்டித்தாள் திவ்யா.

மகிழுந்துவின் கண்ணாடி துடைப்பானில் சொருகியிருந்த அந்த காகிதத்தை கையில் எடுத்தவனின் கண்ணில் முதலாவதாக பட்டது அடர்சிவப்பு நிறத்தில் வரையப்பட்டிருந்த அவளது கையின் நடுவிரல்.

"அப்பறம் ஏன் நேத்து உன் கூட அவ்ளோ நேரம் கார்ல வந்தேன்னு தான் உன் புத்தி யோசிக்கும், ஏன்னா அதுக்கு தான் நீ எக்ஸ்ட்ரா பே பண்ணிருக்க, கேப் புக் பண்ணி ட்ராவெல் முடிஞ்ச பிறகு, கிளைன்ட் *feedback* குடுக்கணும்ல அதான். என்ன ஏன் இந்த வேலைக்கு வந்தனு கேட்ட, நீ ஏண்டா இந்த வேலைக்கு வந்த, முடிஞ்சா உனக்கு நீயே பதில் சொல்லிக்க. படிச்சு முடிச்சோன நீ என்ன சொல்லுவனு எனக்கு நல்லா தெரியும். அடுத்து நா என்ன கேப்பேனு உனக்கும் நல்லா தெரியும்" என்று கீழே எழுதி இருக்க, யாரும் பார்க்கிறார்களா என்று ஒரு முறைச் சுற்றி பார்த்துக் கொண்ட கண்ணன் அந்தக் கடிதத்தை கந்தல் கந்தலாககி கிழித்து, "திமிரெடுத்த தேவுடியா முண்ட" என்று கூறிக் கொண்டே கீழே எரிய, " ஓத்தா லவடே கபால், குப்பைய ஏண்டா கீழ போடுற, குப்பைத் தொட்டி எதுக்கு இருக்கு" என்று அருகே ரோட்டு குப்பைகளை சுத்தம் செய்து கொண்டிருந்த ஒரு துப்புரவுப் பணியாளர் கேள்வி கேட்க, படபடத்து அலுவலகத்திற்குள் நுழைந்தான் கண்ணன்.

7.
சுதந்திரம்

மரங்கள் ஓய்ந்து நிற்க முடியாத ஆடி மாதம், ஆனால் ஆங்காங்கே நின்ற மரங்களும் தான் பாட்டுக்கு வெயிலில் வாடி நின்று கொண்டிருக்க, ஆடி மாசம் மாதிரியா இருக்கு, பங்குனி சித்திரை மாதிரி வெயிலு இப்புடி அடிக்குது பாருக்கா..! என்று இயற்கையோடு ஆரம்பித்தது மனோவின் அன்றைய புறணிகள்.

"அட ஆமாம்புள்ள அடிக்கிற வெயிலுக்கு என் மாமியார் என்னோட ரெண்டு நைட்டிய எடுத்துக்கிச்சு மனோ, கெழவிக்கு சேலை கட்ட முடியலையாமா" என்று கூறிய அழகுமீனாவை நகைப்புடன் நோக்கிய மனோ.

யக்கா ஒங்க ரூமுக்கு, இந்த மாதிரி அண்ணேண்ட சொல்லி ஒரு ஏசி வாங்கிப் போட்டு விடுங்கக்கா, என்று அழகுமீனாவைக் கிண்டிவிட, "ஆமா அது ஒண்ணுதான் இப்ப கொறச்சலா இருக்கு பாரு, அந்தாளு வாங்கி மாட்றத்துக்கு ஒத்தக் காலுல நிக்கிது, ஒரு டேபிள் பேன் வெப்போம் அப்பறம் பாத்துக்கலாம்னு சொல்லி வெச்சிருக்கே" என்று இயற்கையாக தங்கள் வீட்டு வயதானவர்கள் பற்றிய புறணி ஆரம்பித்தது.

மனோ மற்றும் அழகுமீனா இருவரும், பக்கத்து வீட்டுக்காரர்கள். அழகுமீனாவின் கணவர் நிலக்கோட்டை பி டி ஓ அலுவலகத்தில் பணிபுரிபவர், மதுரை ஆரப்பாளையத்தில் வண்டியை நிறுத்திவிட்டு பேருந்தில் அனுதினம் அலுவலகம் சென்று வருபவர். ஆக அவர் அலுவல் முடிந்து வீடு திரும்புவதற்கு இரவு எட்டரை மணிக்கு மேல் ஆகிவிடும். அதுவரை அழகுமீனாவுக்குத் துணை மனோதான்.

மனோவின் வீட்டுக்காரர் சந்திரன் சொந்தமாக லேத்து பட்டறை வைத்திருப்பவர், வீட்டிற்கு அருகில் இருக்கும் ஐடிஐ தொழிற்பேட்டையில் அவரது பட்டறை.

அழகுமீனா மனோவை விட ஓரிரண்டு ஆண்டுகள் மூத்தவர். இருவரின் குழந்தைகளும், பள்ளி சென்று வந்து தாங்களாகவே படிக்க முற்படும் வயது, அதனால் மாலை ஐந்தரை மணிக்கு மேல் இப்படி வீட்டு வாசலில் ஒருபுறம் பிதற்றுதல் மன்றத்தை ஆரம்பித்தனர் இருவரும்.

ஒவ்வொரு பதினைந்து நிமிடத்திற்கும் ஒருவர் என, மனோவின் வீட்டு வாசல் ஒரு ஆறு பேருக்கான குட்டிச்சுவராக மாறியது. அங்கு உலக அரசியலும், நாட்டு அரசியலும் தவிர்த்து அனைத்து அரசியலும் பேசப்படும். அன்றும் சரியாக ஐந்தரை மணிக்கு ஆரம்பித்தது அந்த மன்றம். அந்த அறுவர் மன்றத்தின் மற்றுமொரு வாடிக்கை, அவர்கள் வீட்டு வரிசைக்கு எதிரில் இருக்கும் கார்த்திகாவைப் பற்றியதும் கார்த்திகாவின் வீட்டைப் பற்றியதும் ஆகும்.

அவர்களின் வீட்டை இந்த ஆறு பேரும் பார்த்து, அனுதினம் ஒரு புதுப் புரளியாவது பேசி விடுவது வழக்கம். அந்த வீட்டைப் பற்றி அவர்கள் பேசுவதில் ஏறத்தாழ அனைத்துமே பொய்யாகவே இருந்தது.

அதற்குக் காரணம் எத்தனை இருந்தாலும், அது அனைத்தும் புனையப்பட்டவை. உண்மை யாதெனில் கார்த்திகா மிக அழகான பெண், முப்பதுகளின் இறுதியில் இருப்பவள் ஏறத்தாழ மனோவின் வயது, ஆனால் அவளது கணவர் சிவஞானத்துக்கு வயது எழுபத்தொன்று.

இந்தப் பொருந்தாத ஜோடியும், கார்த்திகாவின் அழகும், அத்தெருவில் உள்ள பெண்களுக்கு ஏனோ கண்ணை உறுத்திக் கொண்டே இருந்தது. அது ஒரு அச்ச உணர்வு என்றும் கூறலாம்.

முதல் மனைவி மறைந்த அரை ஆண்டில், தனது இரண்டு மகன்களைக் காரணம் காட்டி சிவஞானம் மறுமணத்திற்குத் தயாராக, அப்போதே அவரின் வயது நாற்பத்தெட்டு. வறுமையின் பிடியில் கார்த்திகாவின் தந்தை, சிவஞானத்திற்கு தன் மகளை மறுமணம் செய்து வைக்கத் தீர்மானித்து, நிகழ்ந்தது இவர்கள் திருமணம்.

திருமணத்திற்கு வந்த யாவரும் கூறிய ஒரே கூற்று, “ இந்த வயசுல இந்தாளுக்கு வந்த வாழ்க்கையப் பாரு “ என்ற வாசகமே.

இதற்குப் பெரிதாய் செவி சாய்க்காமல் சிவஞானம் மகிழ்ச்சியுடனும், மன நிறைவுடனும் தனது இரண்டாவது இன்னிங்ஸை ஆரம்பித்தார்.

காலம் இரண்டே வாரத்தில் சிவஞானத்தின் மூத்த மகன் மாரியப்பன் ரூபத்தில் முதல் இடியை இறக்கியது. பதினொன்றாம்

வகுப்பு படித்து வந்தவனுக்கு அவனை விட இரண்டு மூன்று வயது அதிகமுள்ள அவனின் சித்தியின் மீது ஒரு இச்சை ஏற்படவே, ஒரு நாள் பள்ளி சென்று வந்ததும், கார்த்திகா உடை மாற்றுவதை ரகசியமாக பார்த்து தனது இச்சைகளை இளைப்பாற்ற, அன்றே தனது தந்தையிடம் பிடிபட்டான்.

மாரி மீது மாறி மாறி மாரி மழை போல் அடிகள் பொழிய அடுத்த ஒரே வாரத்தில் மாரியப்பனும் அவனது தம்பி வைரவனும் மதுரைக்கு அருகில் மேலூரில் உள்ள ஒரு குடியிருப்புப் பள்ளியில் சேர்க்கப்பட்டனர்.

மாரியப்பனின் செயல் சிவஞானத்திற்கு ஒருவித மனத்தடையை ஏற்படுத்தவே, அதை வெளியே காட்டிக் கொள்ளாமல் மூன்று மாத காலத்தை ஓட்டிய சிவஞானம், மெல்ல கார்த்திகாவின் மீது தனது சந்தேகப் பார்வையை வீச ஆரம்பித்தார்.

அந்தச் சந்தேகம் முழுவதும் அவரது இயலாமையையே வெளிப்படுத்தியது. காதலின் அரிதாரம் பூசி வந்த காமம் மெல்ல தன் வேடத்தை கலைத்து, வெறும் சதைப் பற்று இந்தத் திருமணம் என்று உரக்கக் கூறியது.

வறுமையின் கோரப்பிடியில் இருந்து வந்த கார்த்திகாவிற்கு இதை கையாள தைரியமும் இல்லை, தெரியவும் இல்லை.

கலங்கிப் போன காதலும், கசக்காத காமமும் கார்த்திகாவின் வயிற்றை நிரப்ப, வயிற்றில் உருவான சிசு தனதில்லை என்று தீர்க்கமாக நம்பினார் சிவஞானம்.

ஆனால் வீட்டை விட்டு வெளியே செல்ல கார்த்திகாவிற்குத் தடை விதித்து இரண்டு மாதங்கள் ஆகியிருந்தது. அறிவியலுக்குப் புறம்பாக இருந்தாலும் தான் அந்தக் குழந்தைக்குத் தகப்பன் இல்லையென்றே நம்பினார் சிவஞானம்.

அன்று முதல் வீட்டு வாசலருகில் கூட வராமல் தீர்ப்பில்லா சிறைவாசம் அனுபவித்து வந்தாள் கார்த்திகா. இதனூடே கார்த்திகாவின் தந்தை மற்றும் அவளது குறுகிய வட்ட உறவினர்கள் அனைவரோடும் தொடர்பு துண்டிக்கப்பட்டது அவளுக்கு.

இந்த மனிதன் மட்டும் தனது இயலாமையையும், தனது பொருந்தாத பேராசையையும், தாழ்வுமனப்பான்மையையும் தன்னோடு திருத்திக் கொள்ளாமல், அடுத்தவரை வதை செய்து

வலி நிவாரணி ஆக்கிக் கொள்ளும் பழக்கம் உடையவன். அதற்கு சிவஞானமும் விதிவிலக்கல்ல.

இந்த வேகத்தடை வாழ்க்கையில் மேலும் ஒரு தடையென கார்த்திகாவிற்கு ஒரு மகள் பிறந்தாள்.

பிறந்த குழந்தை யார் ஜாடையில் உள்ளது என்று பிறந்த அன்றே தங்கள் அவாக்களைத் திணிக்கத் தொடங்கும் சுற்றம், கார்த்திகாவின் மகளுக்கு கார்த்திகாவின் ஜாடையை கூறத் தொடங்கியது.

பல நேரங்களில் பொய்க்கும் அந்த ஜாடைக் கூற்று கார்த்திகாவின் வேண்டுதல்களைப் பொய்யாக்கி மெய்யானது. இரண்டு நாட்கள் வீட்டை விட்டு சுதந்திரமாக மருத்துவமனை சென்று வந்த கார்த்திகாவிற்கு மீண்டும் சிறைவாசம்.

இம்முறை மகளின் துணையுடன். கார்த்திகாவின் மகள் சங்கவி, வளர வளர கார்த்திகாவின் நகலாகக் காணப்பட்டாள். கார்த்திகாவைப் போன்றே சங்கவியும், சிவஞானத்துக்கு பிடிக்காத ஜீவனானாள்.

இதனூடே கார்த்திகாவின் தந்தை மரணிக்க அம்மரணம் அவளுக்கு மேலும் ஒரு சுதந்திர தினத்தைப் பெற்றுக் கொடுத்தது. அன்றோடு வெளியுலகத் தொடர்புகள் துண்டிக்கப்பட்டது கார்த்திகாவுக்கு.

சங்கவி மட்டுமே கார்த்திகாவின் உலகமாகிப் போனாள். உடல் தேவையைத் தவிர்த்து தனது அனைத்து அன்பு, கோபம், உரிமை என்ற உணர்வு தேவைகள் முழுவதற்கும் சங்கவி மட்டுமே வடிகாலாக இருந்தாள்.

சங்கவி மட்டும் பள்ளி செல்ல அனுமதிக்கப்பட்டாள், அதுவும் தனது இச்சைக்கு நேரம் வேண்டுமென சிவஞானம் எடுத்த முடிவு.

இப்படியான வாழ்க்கைப் பயணத்தில் பெயரளவில் மட்டும் தந்தையாக சிவஞானமும், சொந்த வீட்டினுள்ளேயே பணியாளாக கார்த்திகா மற்றும் சங்கவி இருவரும் வாழ்ந்து வந்தனர்.

தற்போது சங்கவி பன்னிரண்டாம் வகுப்பு படிக்கும் மாணவி. மாரியப்பனும், வைரவனும் திருமணமாகி முறையே திருச்சியிலும், காரைக்குடியிலும் குடியேறி விட்டனர். இயற்கையாகவே கார்த்திகா மீதும் சங்கவி மீதும் அவர்களுக்குத் தீராத வன்மம் இருந்து வந்தது.

கார்த்திகாவின் எல்லா சுதந்திரத்தையும், மன விருப்பத்தையும் தேடித் தேடி சீர்குலைத்த சிவஞானத்திற்கு பக்கவாதம் வந்து முடக்கவே கடந்த ஒன்பது மாத காலமாக படுத்த படுக்கையானார் அவர்.

பெண் பிள்ளையை வைத்துக் கொண்டு வெளியே சென்று வாழ மன திடம் இல்லாமல் இல்லச் சிறையிலேயே வாழ்ந்து வருபவள் கார்த்திகா.

சுற்றத்திற்கு சிவஞானம் தேவனாகவும் கார்த்திகா தேவனுக்கு அடியாளாகவும் பார்க்கப் பட்டாள். அது அவர்களின் விருப்பப் பேச்சே தவிர உண்மை அல்ல. இந்த வீட்டை உற்று நோக்கத்தார் அந்த தேசிய விநாயகர் கோவில் தெருவில் இல்லை என்றே கூற வேண்டும்.

மனோ மற்றும் புறம் பேசுவதற்குக் கூடும் அனைவரும் கோ. புதூர் மாதா கோவிலின் ஆறு மணி மணியோசைக்கு முன்பு அங்கு கூடி விடுவர். வழக்கமாக ஆறு மணிக்கு சிவஞானத்தின் இல்லத்து வாசலில் மின்சார விளக்கை ஏற்றி வாயிற்கதவு திறந்து வைக்கப்படும், ஆனால் அன்று ஏழு மணியாகியும் திறக்கப்படாமல் இருந்தது.

அதை உற்று கவனித்து வந்தது இந்த அறுவர் சங்கம். அவர்களுக்கு அதிர்ச்சி அளிப்பது போல் கார்த்திகாவும் சங்கவியும் திடீரென கதவைத் திறந்து வீட்டை விட்டு வெளியே வந்தனர். வெளியே வந்தவர்கள் கதவை வேகமாக தாளிட்டு யாரையும் கவனிக்காதது போல் தெருவில் இறங்கி நடந்து சென்று விட்டனர்.

"ஏய் மனோ இங்க பாத்தியா கொடுமைய, ஆத்தாளும் மகளும் எப்புடிப் போறாளுகன்னு, எங்க கௌம்பிட்டாளுகன்னு தெரியலையே, புது பழக்கமா இருக்குல, வெளியவே வரவிட மாட்டாரேடி அவரு, எப்புடி வந்தாளுகன்னு தெரியல " என்று அழகுமீனா ஆரம்பிக்க, " ஆமாக்கா அவரு வீட்லதான் இருக்காறான்னு தெரியல " என்று பதிலுரைத்து முடித்தாள் மனோ.

"இருங்க நா மேல நின்னு பாத்துட்டு வரேன்" என்று கூறி மொட்டை மாடிக்கு விரைந்தாள் அழகுமீனாவின் வீட்டின் முதல் மாடியில் குடியிருக்கும் பத்மா.

எங்கேருந்து பார்த்தாலும் வீட்டின் அனைத்தும் ஜன்னல்களும் கதவுகளும் மூடியிருக்கு என்று கூற, என்னவென்று கண்டுபிடிக்க முடியாமல் தடுமாறினர் அனைவரும்.

இந்தக் குழப்பங்கள் அடங்கும் முன்பே கார்த்திகாவும், சங்கவியும் திரும்பி வந்து, வீட்டினுள்ளே சென்று கதவை சாத்திக் கொண்டனர். குழப்பத்திற்கு விடை கிடைக்காமல் சங்கம் கலைந்தது.

அடுத்த நாள் காலை முதலே சிவஞானத்தின் வீட்டை நோட்டம் விட ஆரம்பித்தனர் ஆறு பேரும். அன்றும் வீடு பூட்டியவாறே இருக்க, அனைவரின் சந்தேகமும் வலுத்தது.

அதே நேரம் மீண்டும் இந்த சங்கம் கூடி பேசிக் கொண்டிருந்த வேளையில், அடுத்த நாளும் கார்த்திகா, சங்கவி இருவரும் அதே நேரத்திற்குக் கிளம்பி வெளியே சென்றனர்.

சந்தேகத்தின் உச்சியில் நடப்பதை அறிய விரும்பிய இந்த அறுவர் சங்கம், என்ன செய்வது என்ற தீவிர யோசனையின் முடிவில், அழகுமீனாவின் வீட்டுக்காரருக்குத் தெரியப்படுத்தப்பட்டது இந்தச் செய்தி.

அவரிடம் மாரியப்பனின் தொலைபேசி எண் இருக்கவே மாரியப்பனுக்குத் தகவல் தெரிவிக்கப்பட, தந்தையின் மீது பற்றோ பாசமோ இல்லாத மாரியப்பன், கார்த்திகாவின் மீதுள்ள வன்மத்தால், நடப்பதை அறிய ஆவல் கொள்கிறான்.

வைரவனிடம் விஷயம் தெரிவிக்கப்பட்டது, இருவரும் அப்போதே கிளம்பி வரத் தீர்மானித்துக் கிளம்பினர். திருச்சியிலிருந்தும், காரைக்குடியிலிருந்தும் அடுத்த இரண்டு மணி நேரத்தில் மதுரை மாட்டுத்தாவணி வந்து சேர்ந்த இருவரும், ஆட்டோவின் மூலம் தங்களின் தந்தை வீட்டிற்கு வந்தனர்.

வெளியே சென்ற கார்த்திகாவும், சங்கவியும் அன்று வெகு நேரம் கழிந்தும் வராமல் இருக்க. சிவஞானத்தின் அக்கம் பக்கத்து வீட்டார்கள் பலவித எண்ணங்களை விதைத்தனர்.

அதன் பொருட்டு வாசற்கதவின் பூட்டு உடைக்கப்பட்டு உள்ளே நுழைய ஏற்பாடு செய்யப்பட்டது, வாசல் கதவு பாதி உடைக்கும் பொழுதே உள்ளிருந்து லேசாக துர்நாற்றம் வீச ஆரம்பித்தது. உடம்பு முழுவதும் கருத்த நிலையில் சடலமாக மெத்தையில் கிடந்தார் சிவஞானம்.

சிவஞானத்தைப் பார்த்து நமட்டாக சிரித்த மாரியப்பன், "எத்தன நாளுக்கு முன்னாடியா செத்துத் தொலைஞ்ச, வக்காளி இருக்கும் போதும் ஏழரை சனியன் போகும் போதும் பாரு பக்கத்துல வந்து பாக்க முடியாதபடி கெடக்குறான்" என்று வைரவனிடம் தன் மகிழ் மூர்க்கத்தை வெளிப்படுத்திய அடுத்த நொடி, "எங்க ஸ்மால் மம்மி? கொன்னுட்டு எங்கேயும் ஓடிட்டாளா" என்று தனக்குள்ளேயே பேசிக் கொண்டு, கைபேசியை எடுத்து நூறை அழைத்து நடந்தவற்றைத் தெரிவிக்க, விரைந்து வந்தது காவல் வாகனம்.

அடுத்த ஒரு மணி நேரம் சராசரியாக இரவு பத்தரை மணிக்கு நடப்பவை எதுவும் தெரியாமல், ஆட்டோவில் கார்த்திகாவும், சங்கவியும், பேசிக் கொண்டு வருகின்றனர்.

புதூர் பேருந்து நிலையம் தாண்டும் போது "அம்மா இன்னைக்கு அண்ணேங்கள்ட்ட சொல்ல வேண்டாம் மா, நாளைக்கு ஒரு நாள் காலைல வெளிய போயிட்டு வந்து சொல்லலாம் ப்ளீஸ் " என்று சங்கவி கெஞ்சி முடிக்கும் முன்னரே ஆட்டோ தேசிய விநாயகர் கோவில் தெருவிற்குள் திரும்ப கூட்டம் கூறியது உண்மை தெரிந்ததென்று.

கார்த்திகா இறங்கிய வேகத்தில், அவள் கன்னத்தில் விழுந்தது பளார் என்று ஒரு அறை காவல் ஆய்வாளர் முத்துக்குமாரின் முரட்டுக் கைகள் கார்த்திகாவின் கன்னத்தைப் பதம் பார்க்க, துணை ஆய்வாளர் பொன்மீனா கார்த்திகாவை காவல் நிலையம் கொண்டு செல்ல வண்டியில் ஏற்றினார்.

மதுரை தல்லாகுளம் மகளிர் காவல் நிலையம் சென்று சேர்ந்தது காவல் வாகனம். வண்டிக்குப் பின் வியர்வையும் கண்ணீரும் ஒன்றிணைய நடந்தே சென்றாள் சங்கவி.

சிவஞானத்தின் உடல் பிரேதப் பரிசோதனைக்கு அனுப்பப்பட்டது, கார்த்திகா ஏதும் கூறாமல் அமர்ந்திருக்க, சங்கவி மெல்ல வாய் திறந்தாள், "அவரு நேத்து மத்தியானமே செத்துப் போய்ட்டாரு, அம்மா எதுவும் பண்ணல, எனக்கும் நேத்து ஸ்கூல் லீவு, மதியம் சாப்பாடு குடுக்க அம்மாவும் நானும் உள்ள வந்தப்பதான் பாத்தோம் மூச்சு நின்னு போய் இருந்துச்சு. அம்மாகிட்ட போன் இல்ல அவரோட பீரோ சாவி அவரு தலவாணிக்குக் கீழ வச்சிருப்பாரு. அத எடுத்து பீரோவ துறந்து பாத்தோம் அவரோட போனும், அதுக்குக் கீழ கொஞ்சம் காசும் இருந்துச்சு. நானும் எங்கம்மாவும் நேத்து வர கைல காசு வெச்சு வெளில போனதே இல்ல. அதோட எங்கம்மா ஹோட்டலுக்குப் போய் சாப்பிட்டதே இல்ல, அதனால நேத்து ஈவினிங் கௌம்பி ஹோட்டலுக்குப் போனோம், நல்லா இருந்துச்சு அதான் இன்னைக்கும் போயிட்டு வந்து சொல்லலாம்னு இருந்தோம் "என்று மூச்சு விடாமல் அழுகையுடன் கூறி முடித்தாள் சங்கவி.

இக்கூற்றை நம்ப முடியாத பொன்மீனா "கதை முடிஞ்சுச்சா ஞாயமா பாத்தா இவ்ளோ பொய் சொல்றதுக்கு உன்னையவே உள்ள வெச்சு உரிக்கணும், ஆமா... அவரு அவருனு சொன்னியே யாரது"

என்று கேட்க," என்னோட அப்பா ஆனா அவருக்கு அந்த நம்பிக்கை இல்ல" என்று தனது கூற்றை கண்ணீர் மல்கத் தெரிவித்தாள் சங்கவி.

ஏனோ பொன்மீனா சங்கவியின் இறுதிக் கூற்றில் சற்று மௌனமானார். அடுத்த நாள் வெளிவந்த பிரேதப் பரிசோதனை அறிக்கையில் சிவஞானத்தின் மரணம் இயற்கையானது என்று குறிப்பிட.

அதிர்ந்து அமர்ந்தார் பொன்மீனா. இறந்தவரை கண்ணியக் குறைவாக நடத்தியதாக கார்த்திகா மீது மாரியப்பன் புகார் கொடுக்க, ஆமாம் என்று குற்றத்தை ஏற்றுக் கொண்டு அதற்கான ஒப்புதலை அளிக்க காவல் நிலையத்திலிருந்து நீதிமன்றம் கிளம்பினாள் கார்த்திகா.

மனதால் சோர்வடைந்த பொன்மீனா கார்த்திகாவை நோக்கி "நீ ஏம்மா ஒத்துக்கிட்ட" என்று கேட்க, "என் மகளுக்கு காப்பகத்துல ஒரு இடம் கெடச்சுரும்ல மேடம்" என்று பதிலளித்தாள் கார்த்திகா. "நீ ஜெயிலுக்கு போனுமே" என்று பொன்மீனா கேட்க, உள்ள பேச நாலு பேரும் பாக்க நாலு வேலையும் இருக்கும்லமா சுதந்திரமா இருக்கலாம் என்று கூறிய கார்த்திகாவை, இமை தாண்டிய கண்ணீருடன் ஆரத்தழுவினாள் பொன்மீனா.

8.
காற்றும் பூவும்

புறவழிச் சாலைகளாக இருந்த பழைய மாமல்லபுரம் சாலை யாவும் பன்னாட்டு நிறுவனங்களாகவும், அடுக்கு மாடிக் குடியிருப்புகளாகவும் நிறைந்திருந்தது. அப்படி சோழிங்கநல்லூரில் இருந்து கிழக்கு கடற்கரை சாலை செல்லும் வழியில் அமைந்திருந்த ஒரு அடுக்குமாடி குடியிருப்பின் ' சி ' பிரிவில் இரண்டு பெண் காவலர்கள் மற்றும் ஒரு ஆண் காவலர் நின்றிருக்க அங்கு வந்து நின்றது ஒரு வெள்ளை நிற வாடகை மகிழுந்து. "இங்கதான் வெயிட் பண்ணுங்க " என்று ஒரு காவலர் கூற, அங்கே ஓரமாக வண்டியை நிப்பாட்டினார் ஓட்டுநர்.

ஏறத்தாழ அந்த அடுக்குமாடி குடியிருப்பின் அப்பிரிவைச் சேர்ந்தவர்களும், அக்கம்பக்கத்துப் பிரிவுகளில் வசிப்பவர்களும் பணியாற்றும் ஊழியர்களும்,அங்கு நின்று காவல் துறை வந்ததற்கான காரணத்தை ஆராய்ந்து கொண்டிருந்தது.

தரைத்தளத்தில் நடைப்பயிற்சியில் ஈடுபட்டவர்கள் உட்பட, வேடிக்கை பார்த்த அனைவரும் கவனித்துக் கொண்டிருக்கையில், கண்ணீர் ததும்பும் கண்களுடன், இரவு உடையைக் கூட மாற்றாமல், ஒரு பெரிய பெட்டியில் துணிகளை அமுக்கியபடி வந்தாள் கௌரி. தூங்கி விழித்தவுடன் அவள் கிளம்புகிறாள் என்பதை அவளது உடை சொல்ல, விரிந்திருந்த கூந்தலை, இடது கை மணிக்கட்டில் இருந்த கருப்பு நிற மயிர் பட்டையை வைத்துக் கொண்டையிட்டு, " அண்ணா இத டிக்கில வைக்குறீங்களா " என்று கேட்க, வண்டியை விட்டு இறங்கிய ஓட்டுநர் அவள் கையில் வைத்திருந்த இரண்டு பெரிய பெட்டிகளை வண்டியின் சாமான்களுக்கான இடத்தில் வைத்துப் பூட்ட, கையிலிருந்த மற்ற சிறு சிறு சாமான்களுடன் உள்ளே ஏறி அமர்ந்தாள் கௌரி.

அவளை அங்கிருந்தவர்கள் யாரும் பெரிதாக பொருட்படுத்தவில்லை, உள்ளே ஏறி அமர்ந்தவுடன், அவளையும் மீறி கண்ணீர் வெளியே

வர, முடிந்த மட்டும் கண்ணீரை அடக்கி, முடியாமல் வெளியேறிய கண்ணீரைத் துடைக்க கைக்குட்டையைத் தேடியவள் தோற்றுப்போய் தான் அணிந்திருந்த சட்டையிலேயே துடைத்து அமர, "ஓ டி பி மேடம் " என்று கேட்ட ஓட்டுனரிடம்,"6732" என்று கூற, அங்கிருந்து கிளம்பியது அந்த வெண்ணிற மகிழுந்து.

அதிகாலை முதல் நெரிசல் நிறைந்து காணப்படும் சோழிங்கநல்லூர் தரமணி சாலையில் வாகனம் திரும்பியது. பெரிதாக வேகம் எடுக்க முடியாத காரணத்தால் வாகனம் ஆங்காங்கே நின்று ஊர்ந்து சென்று கொண்டிருந்தது.

வாகனத்தில் ஏறிய போதே கௌரி ஏதோ மனச்சிக்கலில் இருக்கிறாள் என்பது அவளை அங்கு பார்த்த அனைவருக்கும் தெரியும். அதே போல் அந்த வாகன ஓட்டுநருக்கும் அது தெரிந்தே இருந்தது. கௌரியை நொடிக்கொரு முறை வாகனத்தின் கண்ணாடியில் பார்த்துக் கொண்டே வந்தார் அவர். அதையும் கவனித்த கௌரி சிறிது தூரத்தில் ஓட்டுநர் இருக்கைக்குப் பின்புறம் மறைந்து அமர்ந்தாள்.

சிறிது நேரம் கழித்துதான் அவள் உணர்ந்தாள் தான் எங்கே செல்ல வேண்டும் என்பதையே ஓட்டுநரிடம் சொல்ல வில்லை என்று. " "அண்ணா வேளச்சேரி ஹன்ட்ரட் பீட் ரோடு, பார்டர் பரோட்டா கடைக்கு பக்கத்து சந்து உள்ள போய்டுங்க " என்று கௌரி தெரிவிக்க, "ம்ம்ம் ஓகேங்க " என்றவர், அவள் மறைந்து அமர்ந்ததைத் தொடர்ந்து கண்ணாடியின் பக்கம் தனது பார்வையைத் திருப்பாமலேயே வந்தார்.

கௌரி வழியேதும் குறிப்பிடாமல் நேராக பார்டர் பரோட்டா கடையை அடுத்து திரும்பி ஈபி காலனியில் அதன் கடைசியில் இருந்த கேசவன் குடியிருப்புக்குள் வந்து நின்றது வண்டி, லேசாக கண் அசந்திருந்த கௌரியிடம், " சிஸ்டர் " என்று குரல் கொடுக்க, பட்டென கண்விழித்த கௌரி, நிதானித்துப் பார்க்கையில், அவளின் வீட்டிற்கு முன் வண்டி நின்றுகொண்டிருந்தது.

ஆச்சர்யமாகப் பார்த்தவளிடம், " நா பிரவீன் ஃபிரெண்டுங்க, நீங்க மறந்துடீங்க போல, " என்று கூறிய ஓட்டுநரிடம், " ஓ, சாரிங்க எனக்கு தெரியல " என்றவள், தான் வந்ததற்கான காசை கொடுத்து " தேங்க்ஸ்" என்று கூறி தங்கள் வீடு இருக்கும் தொகுதிக்குள் சென்றாள்.

தான் கையில் வைத்திருந்த பெட்டி, மற்றும் அனைத்து பொருட்களையும், கீழே வைத்துவிட்டு, மேலே சென்ற கௌரி "ஆன்ட்டி...ஆண்ட்டி " என்று அழைக்க, வெளியே வந்தார் வள்ளி.

" ஏய் கௌரி, எப்படி இருக்கடா ? " என்று பூரிப்போடு கேட்க, " இருக்கேன் ஆண்ட்டி, நீங்க " என்று லேசான சிரிப்போடு கேட்ட கௌரியை கட்டி அணைத்த வள்ளி, அதுவரை அழுதிட கூடாது என்ற மனத்திடத்தில் இருந்து விலகி, தன்னையே அறியாமல் அழத் தொடங்கினாள்.

சத்தம் கேட்டு உள் அறையில் இருந்து "வா மா" என்றபடி வெளியே வந்து, ஏய் வள்ளி, அவளுக்கு முதல சாவிய எடுத்து குடு, " என்ற பாலன், கௌரியிடம் " நீ வீட்டுக்கு போய் ஃப்ரெஷ் ஆவு அப்புறம் பேசிக்கலாம்" என்று கூற, சுவற்றில் மாட்டியிருந்த சாவியை எடுத்து வந்த வள்ளி, “நீ கீழ போடா நா ரெண்டே நிமிஷத்துல வரேன், வீட்டுக்குள்ள போயிடாத" என்று கூறி கௌரியைக் கீழே அனுப்பி, தனது வீட்டு அடுப்படியில் வைத்திருந்த நல்லெண்ணெயை ஒரு கிண்ணத்தில் ஊற்றி, தனது கைபேசியை எடுத்து, ஒரு அழைப்பை மேற்கொண்டு, " பிரவீன் அம்மா கொஞ்சம் வரீங்களா, கௌரி வந்திருக்கா " என்று கூற, அடுத்த நிமிடம் பத்மாவும் கீழே இறங்கி வந்தார்.

கையில் எண்ணெயுடன் வந்த வள்ளி, பத்மாவோடு இணைந்து கௌரியின் தலையில் நல்லெண்ணெய் ஊற்றி, அருகில் இருந்த குழாயில், தண்ணீரைப் பிடித்து அவளது தலையில் ஊற்றி, " அவ்ளோ தாண்டா இதோட உன்ன புடிச்ச சனியன்லாம் தொலையட்டும் " என்று கூறி உள்ளே அனுப்பினர் இருவரும்.

ஈர உடையுடன் உள்ளே சென்ற கௌரி, தனது தந்தையின் புகைப் படத்தைப் பார்த்தவுடன் விம்மி அழ ஆரம்பித்தாள். " அப்பா, நீ எங்கப்பா இருக்க. இப்புடி என்ன தனியா விட்டுட்டு போயிட்டப்பா நீ, எனக்கு இப்ப என்ன செய்றதுன்னே தெரியலப்பா, நீ சொல்லித்தானப்பா நா அந்த நாய கல்யாணம் பண்ணேன், போ நீ என்ன பண்ணுவ என்னட்ட வந்து மாப்ள பாக்குறதுக்கு முன்னாடி ஏதாச்சு லவ் ப்ரபோசல் இருக்கானு கேட்ட, எனக்கு எல்லா ஃப்ரீடமும் கொடுத்துட்டு இப்படி போய் சிக்க வெச்சிட்டியேப்பா, உன் முகத்த கூட அந்த நாய் சரியா பாக்க விடலப்பா, எவ்ளோ டார்ச்சர் பண்ணான் தெரியுமா, சைக்கோப்பா அவன், ஒரு சாடிஸ்ட், " உனக்கு ஏதோ தெரிஞ்சிருக்குப்பா, இல்லனா என்னோட பர்த்டே அன்னிக்கு நீ செத்துப் போயிருப்பியா, என்ன பாக்கணும்னுதான நீ போன " என்று, யாருமில்லாத அந்த வீட்டில் கார்த்திகேயனின் புகைப்படத்தை பார்த்து கதறி அழுது கொண்டிருந்தாள் கௌரி.

"எப்பயாச்சு என்ன சர்ப்ரைஸ் பண்ண இந்த டேபிள் ட்ராலதான கிப்ட் வெப்ப, இவ்ளோ நாள் கழிச்சு வீட்டுக்கு வந்திருக்கேன் எனக்கு நீயே இல்லையேப்பா," என்று தனது ஆதங்கம் அனைத்தையும் கொட்டித் தீர்த்துக் கொண்டிருந்த கௌரி, அந்த மேசையின் கைப்பிடியை பிடித்து அழுது கொண்டிருக்க," கௌரி " என்ற சத்தத்துடன் வீட்டுக்குள் நுழைந்தார் வள்ளி. கௌரி அழுதுகொண்டு நின்றதை பார்த்த வள்ளி, "என்னடாம்மா நாங்கல்லாம் இல்லையா உனக்கு, உன்ன அப்படியே விட்ருவோமா நாங்க, இந்த அப்பார்ட்மெண்ட்ல இருக்க எல்லா வீட்டுக்கும் நீதாண்டா செல்லப்பிள்ள, என்னவோ நேரம் அந்த பட்டு கெடப்பாண்ட்ட போய் நீ மாட்டணும்னு இருந்திருக்கு, விடு " என்று கையில் வைத்திருந்த சிற்றுண்டி தட்டுடன் கௌரியைத் தேற்றிக் கொண்டிருந்தாள் வள்ளி.

பின்னாலிருந்து பாலன் " நீ ஒரு அறிவு கெட்டவ, தனியா எதுக்கு வீட்டுக்குள்ள விட்ட, மேல கூட்டிட்டு வா" என்று சொல்ல, கௌரியை மேலே அழைத்துச் சென்றார் வள்ளி.

கௌரியின் மனநிலையை மாற்ற, வள்ளி அவளிடம் தொடர்ந்து பேசிக் கொண்டிருந்தார். சிறிது நேரத்தில் பத்மாவும் அங்கு வந்து சேர மூவரும், அமர்ந்து பேசிக்கொண்டிருந்தனர். பேச்சின் இடை இடையே கௌரிக்கு அவளது தந்தையின் நினைவுகளும் தவிர்க்க முடியாததாய் இருந்தது. அப்படி அவள் அமைதியாகும் போதெல்லாம் வள்ளி விடாமல், அவளை திசைதிருப்பிக்கொண்டே இருந்தார்.

தாயின் அரவணைப்பே இல்லாமல் வளர்ந்த கௌரிக்கு அந்தக் குடியிருப்பில் இருக்கும் பலர் தாயாகினர். அதிலும் வள்ளிக்கு இரண்டு மகன்கள் என்பதால் கௌரியின் மீது தனி பிரியம். கௌரியின் தந்தை முத்துராஜா தன்னந்தனியாக கௌரியை வளர்த்தார். முத்துராஜா இல்லாமல் கௌரி அந்தக் குடியிருப்பில் இருப்பது அவளது கடந்த இருபத்தொரு வருடங்களில் இதுவே முதல் நாள்.

கௌரியிடம் பேச்சுக் கொடுத்துக்கொண்டே இருந்த வள்ளி, சிறிது நேரத்தில் பத்மாவை மட்டும் அமர்த்திவிட்டு, சமையலறை சென்று மூவருக்கும் தேநீர் போட்டு எடுத்துக் கொண்டு வந்தாள். அதோடு அவளது வீட்டில் செய்த மாவுருண்டையை ஒரு தட்டில் வைத்து எடுத்து வர, அந்த தட்டைப் பார்த்ததும், கௌரிக்கு மீண்டும் முத்துராஜாவின் நினைவுகள் வரத் துவங்கியது. " அப்பாக்கு உங்க வீட்ல இருந்து மாவுருண்டை கொடுத்தா செம ஹாப்பி ஆயிடுவாரு ஆண்ட்டி, எங்க அம்மா செஞ்சது போலவே இருக்குனு சொல்லுவாரு"

என்று கூறும் போதே கண்களில் நீர் பெருக்கெடுக்க, " டேய் அழாதடா" என்று கௌரியை தேற்றிய பத்மா அவளது தோளில் கையை வைக்க எத்தனித்த தருணம், கௌரிக்கு பின்னால் இருந்த மேசையில் முழங்கை இடிக்க, மேலிருந்து கௌரியின் மடியில் வந்து விழுந்தது ஒரு புகைப்படம்.

பத்து வயதில் கௌரி, அருண், அன்பு மற்றும் பிரவீன் ஆகியோர் சேர்ந்து தீபாவளி அன்று எடுத்துக் கொண்ட புகைப்படம். அந்த புகைப்படத்தை எடுத்தவர் முத்துராஜா. கண்களைத் துடைத்தபடி அந்த புகைப்படத்தை எடுத்த கௌரி, " எங்க ஆண்ட்டி அருண் அண்ணா, அன்புலாம், என்று கேட்க, " அருண் மும்பை போயிருக்கான்டா, ஒரு மாசம் ட்ரைனிங், அன்பு, பிரவீன் ரெண்டு பேருமே ஒரே எடத்துலதான் வேல பாக்குறானுங்க, இன்னைக்கு சீக்கிரம் போய்ட்டானுங்க, ஈவினிங் வந்துருவாங்க," என்று கூறி முடித்த வள்ளியிடம், " எனக்கு இப்படி நடந்தது இவனுங்களுக்குத் தெரியுமா ஆண்ட்டி " என்ற கௌரியின் கேள்விக்கு, " தெரியுமாவா, அன்புக்கு ரொம்ப கஷ்டமாகி போச்சுடா, பாவம் ஒரு மாதிரி ஆகிட்டான், பிரவீன பத்திதான் உனக்கே நல்லா தெரியுமே, நேத்து நேரா போலீஸ் ஸ்டேஷன் உள்ள புகுந்து, உன் வீட்டுக்காரன பந்தாடிட்டான், அப்பறம் அவருதான் போய் போலீஸ் கைலகாலுல விழுந்து கேஸ் எதுவும் ஃபைல் பண்ணாம கூட்டிட்டு வந்தாரு.

காலைல கூட உன் வீட்டுக்கிட்ட வந்துதான் அன்பு அவன பிக்கப் பண்ணினதா சொன்னானே " என்று பத்மா கூறி முடிக்க. "எங்க ஆண்ட்டி, ப்ரவீனுக்கு என் மேல என்ன கோபம்னு தெரியல, என்னோட எங்கேஜ்மெண்ட் அன்னைக்கு அவன பாத்தது, கல்யாணத்துல கூட அவன பாக்கல, அப்பா இறந்தப்ப கூட, நா வந்த நேரம்; கரெக்ட்டா வெளில போய்ட்டான். " என்று வருத்தத்துடன் கௌரி சொல்ல. "அவன் ஒரு லூசுப்பய எதையாச்சு மனசுல வெச்சிக்கிட்டு பேசாம திரியும், முனி பொறந்த நேரத்துல இவன பெத்துட்டேன் போல, எப்ப பாரு முனியாவே திரியுது, அதுவும் முத்து அண்ணன் சொல்றத மட்டுந்தான் கேக்கும் இந்த மாடு, இப்ப அவரு போனதுக்கு அப்பறம் ரொம்ப... யார் கூடவும் பேசுறதில்ல," என்று பத்மா கவலையுடன் பேசி முடித்தார்.

" இன்னைக்கு வரட்டும் அவன நானே வீட்ல வந்து கேக்குறேன், என்னட்ட என்ன கோவம்னு " என்று கௌரி கூறி, " நா கொஞ்ச நேரம் தூங்குறேன் ஆண்ட்டி, ஒரு மாதிரி கண்ணெல்லாம் எரியுது

" என்று கூற, " இங்கயே படுக்குறியாடா" என்று வள்ளி கேட்க, " இல்ல ஆண்ட்டி வீட்ல தூங்குறேன் " என்று கிளம்பி தனது வீட்டிற்கு வந்தாள் கௌரி.

அன்பு, பிரவீன், கௌரி ஆகியோர் ஏறத்தாழ ஒத்த வயதுடையோர், அன்புவின் அண்ணன் அருண் இவர்களுக்கு மூத்தவன், அந்த குடியிருப்பில் நால்வரும் நெருங்கிய நண்பர்களாக இருந்தனர். அருண் தவிர்த்து மற்ற மூவரும் ஒரே பள்ளியில், ஒரே வகுப்பில் படித்தவர்கள் என்பதால் கூடுதல் நெருக்கம் அவர்களுக்குள். அன்பு எப்போதுமே மிக சாதுவானவன், எந்த வம்பிற்கும் செல்லாத பையன், பிரவீன் ஆரம்பம் முதலே சற்று ஒதுக்கப்பட்டவன் போல் இருப்பவன், அதே நேரம் முரட்டு சுபாவம் உடையவன்.

அவனுடைய நட்பு வட்டமும் மிகக் குறைவு, அதில் யாருக்காவது ஒன்றென்றால் முதல் ஆளாக மல்லுக்கு நிற்பவன். பிரவீன் எளிதில் எதையும் மறக்கக் கூடியவன் அல்ல, அவன் மனதில் ஒன்று பதிந்து விட்டால் அதை மாற்றிக் கொள்ளவே மாட்டான் பிரவீன்.

இம்மூவரது பாலிய காலங்கள் அனைத்தையும் மனதில் ஓட்டியபடி தனது வீட்டிற்குள் படுத்திருந்தாள் கௌரி. அதீத அயர்ச்சியில் தூக்கம் அவளது கண்களை விட்டுச் சென்றிருந்தது. தனது வாழ்க்கையில் நடந்தவைகளை சிந்திக்காமல் அவளால் படுத்திருக்க இயலவில்லை, அந்த சிந்தனையில் அவளது தந்தை வருவதையும், அவளது திருமணத்திற்குப் பின்பான நஞ்சேறிய நாட்களையும் அவளால் தவிர்க்க முடியவில்லை. மீண்டும் அழாமலேயே கண்களில் நீர் வடியத் துவங்கியது.

மனத்திற்குள்ளாகவே தனது தந்தையை நினைத்து பேச ஆரம்பித் தாள் கௌரி. " நா இப்ப என்னப்பா பண்றது, என் லைஃப் இப்படி ஆயிருச்சேப்பா," என்று மனதிற்குள் நினைக்கத் தொடங்கிய தருணம், வீட்டின் அழைப்பு மணி சத்தம் கேட்க, கண்களை துடைத்துக் கொண்டு கதவைத் திறக்க, வெளியே பிரவீன் நின்று கொண்டிருந்தான். பிரவீனைப் பார்த்ததும், அவளால் கண்ணீரை அடக்க முடியவில்லை, இருந்தும் கண்களைத் துடைத்துக் கொண்டு "சொல்லுடா நல்லாருக்கியா" என்று கௌரி கேட்க, "நீ " என்று லேசான குரலில் கேட்டான் பிரவீன்.

நமட்டாக சிரித்த கௌரியிடம், " ஏதோ பேசணும்னு சொன்னியாமே" என்றான் பிரவீன். " ஆமா, நா கொஞ்ச நேரத்துல வரேன், நீ வீட்ல

வெயிட் பண்ணு " என்ற கௌரியிடம், " எதுவும் ரொம்ப முக்கியமான விஷயமா " என்று பிரவீன் கேட்க, இல்லை என்ற தொனியில் தலையை ஆட்ட, " என் மேல உனக்கு ஏதாச்சு கோவமா பிரவீன் " என்று கௌரி கேட்டாள். " அதெல்லாம் ஒண்ணுமில்ல " என்றவன், " ஏன் அங்கிள் செத்ததுக்கு வந்தப்பவே, உனக்கு இப்டி ஒரு பிரச்னை இருக்குன்னு சொல்ல வேண்டியதுதான, " என்று கேட்க, தலையை குனித்து சிரித்த கௌரி, " அன்னைக்கு அப்பா இறந்துட்டாருன்னு சொல்றதே உண்மையா பொய்யான்னு எனக்கு தெரியாதுடா, இதுக்கு முன்னமே ஒரு தடவ, உன் அப்பாக்கு சீரியஸா இருக்குனு சும்மா சொல்லி என்ன கூட்டிட்டு வந்தான் அந்த சைக்கோ, நா அப்பாட்ட அந்த வீக் முழுசா பேசவே இல்ல," என்று கண்ணீர் ததும்ப கூறி முடித்த கௌரியிடம், " நீ ஏதோ கஷ்டத்துல இருக்கனு அங்கிள் புரிஞ்சிக்கிட்டாரு, லாஸ்ட் ஒரு மாசமாவே என்னட்ட பொலம்பிட்டேதான் இருந்தாரு, " என்று கூறிய பிரவீனிடம் " நா மூச்சு விட்டாலே அப்பா கண்டு புடிச்சுரும், பேசும் போது தெரியாதா “ என்று கௌரி சொல்ல தலையை குனிந்து நின்ற பிரவீன், " சரி நீ வீட்டுக்கு வா, ஏதோ பேசணும்னு சொன்னியே" என்று கூறியவனிடம் " அன்பு வந்துட்டானா? " என்று கௌரி கேட்க, இப்ப தான் வந்தான், என்று கூறி அங்கிருந்து கிளம்பினான் பிரவீன்.

கௌரியின் வீட்டு வாசலில் இருந்து சற்று தள்ளி நின்றிருந்த அன்பு, பிரவீனை கவனித்துக் கொண்டிருந்தான். பிரவீன் அன்பின் பக்கம் திரும்பாமல் நேராக செல்ல, விரட்டி வந்த அன்பு " டேய் என்ன ஆச்சு" என்று கேட்க, " இன்னும் கொஞ்ச நேரத்துல வீட்டுக்கு வரேன்னு சொல்லிருக்கா " என்று பிரவீன் பதிலளிக்க, " அதெல்லாம் விடு, நீ சொல்லிட்டியா " என்று அன்பு கேட்க, " டேய் அவளே இப்பதான் ஒரு பெரிய ட்ராஜடில இருந்து வெளில வந்திருக்கா, இந்நேரத்துல போய், சும்மா இருடா " என்று பிரவீன் கூற, இருவரும் பிரவீனின் வீட்டிற்குள் சென்றனர்.

அடுத்த பதினைந்து நிமிடத்தில் கௌரி பிரவீனின் வீட்டிற்குச் செல்ல, மூவரும் சிறிது நேரம் பேசிக் கொண்டிருந்தனர். பிரவீன் அவளிடம் ஒரு தடுமாற்றத்துடன் பேசி வந்ததை உணர்ந்து "உனக்கு மம்மடா கோபம் என் மேல," என்ற கௌரியிடம், " அதெல்லாம் ஒண்ணுமில்ல கௌரி, ஆண்ட்டி ஒரு பக்கம் இவனுக்குப் பொண்ணு பாத்துகிட்டு இருக்காங்க, நம்மாளு தனியா ஒன்னு ட்ரை பண்ணாரு, அது கைய விட்டுp போயி, திரும்ப ஒரு வாய்ப்பு இருக்குற மாதிரி தெரியுது, போய் சொல்லுடான்னு சொன்னா, இந்த சோக சைக்கோ

அத சொல்ல மாட்டேங்குறான்" என்ற அன்பிடம், "யாருடா அந்த பொண்ணு ஆஃபீஸ்லயா " என்று கௌரி கேட்க, " இல்ல இல்ல இங்க பக்கத்துலதான் " என்று கூறிய அன்புவை முறைத்த பிரவீன், " கௌரி அதெல்லாம் ஒண்ணுமில்ல விடு, எப்ப எத பேசுறதுனு இந்த நாய்க்கு தெரியாது, " என்று கூறி, " நீ கொஞ்சம் கொஞ்சமா சகஜமா ஆகு முதல்ல, வீட்லயே அடைஞ்சு இருக்காத, எல்லார் கூடவும் நீ பழைய மாதிரி சிரிச்சு பேசி சந்தோசமா இரு கௌரி, அங்கிள் உன்ன விட்டு எங்கயும் போக மாட்டாரு, உனக்கு ஒரு நல்ல லைஃப் அமையுற வர அவரு இங்கதான் இருப்பாரு " என்று கௌரிக்கு ஆறுதலாகப் பேசிய பிரவீன், வேற எதுக்காச்சு ஸ்டேஷன், இல்லனா கோர்ட் போகணும்னா, சொல்லு, நானோ இல்லாட்டி, அன்போ கூட்டிட்டு போறோம். " என்றான். "இல்லடா எதுவும் தேவை இருக்காது, அவன் மேல டொமெஸ்டிக் வயலன்ஸ் கேஸ் ஃபைல் பண்ணிருக்காங்க, அதனால, நா எதுக்கும் போக வேண்டிய அவசியம் இருக்காது. ஒரு சேஃப்டிக்கு டிவோர்ஸ் அப்ளை பண்ணிக்கணும், அவ்ளோதான் நா போகும் போது சொல்றேன் " என்றவள் கீழே இறங்க எத்தனித்து, மீண்டும் நின்று " காலைல உன் ஃபிரெண்டுதாண்டா என்ன ட்ராப் பண்ணான்" என்றவளிடம், ஆமா சொன்னான் என்று கூறிய பிரவீன், அங்கிருந்து கிளம்ப, கௌரி மீண்டும் வீட்டிற்கு வந்து, செய்வதற்கு ஏதும் இல்லாமல், இரண்டு மாதங்களாக பூட்டியிருந்த தனது வீட்டை சுத்தம் செய்ய ஆரம்பித்தாள்.

வீட்டின் அனைத்து பொருட்களும், அனைத்து இடங்களும், அவளது தநதையை நினைவூட்டிக் கொண்டே இருக்க, வேலையை பாதியில் நிறுத்தி வந்து அமர்ந்தாள் கௌரி. அலமாரியில் அடுக்கியிருந்த முத்துராஜாவின் அன்றாட சட்டைகளில் ஒன்றை தனது கையோடு எடுத்து வந்து அவர் அமரும் இருக்கையில் அமர்ந்தவள், அங்கு இருந்த நாள்காட்டியைப் பார்க்க, தேதிகள் கிழிக்கப்படாமல் இருந்தது. கையில் வைத்திருந்த முத்துராஜாவின் சட்டையை பார்த்த போது அவர் நாளேடுகளை கிழிக்கும் போது அதில் ராசி பலன் பார்த்து, அதில் ஒரு முறை கூட சரியான பலன் போட்டிருக்க மாட்டான் என்ற அவரின் கூற்று நினைவுக்கு வந்தது.

எழுந்து சென்று நாளேடுகளை கிழித்தாள் கௌரி. அன்றைய தேதியில் கௌரியின் சிம்ம ராசிக்கு கழிப்பு என்று அச்சிட்டிருக்க, அப்பா சொன்னது சரி தான் என்று மனதிற்குள் நினைத்து லேசாக சிரித்து அமர்ந்தாள்.

இரண்டு நாட்கள் தூக்கம் கெட்டு இருந்தாலும் அன்றைய பகல் பொழுது முழுவதும் தூக்கம் அவளது கண்களைத் தழுவ மறுத்தது. உடலளவில் மிக அயர்ச்சியாக இருந்த கௌரி வேறு எந்த வேலைகளிலும் ஈடுபடாமல் தனியாக அமர்ந்திருந்தாள்.

சிறிது நேரம் கழித்து கௌரி மீண்டும் வள்ளியின் வீட்டிற்குச் செல்ல, " என்னடா நீ தூங்கலையா " என்று கேள்வியுடன் வீட்டிற்குள் கௌரியை அழைத்து வந்தார் வள்ளி.

“ அன்பு எங்க ஆண்ட்டி " என்று கௌரி கேள்வி கேட்க, ப்ரவீனும், அவனும் மாடில இருப்பானுங்க என்று கூற, கௌரி சரி ஆண்ட்டி நா மாடிக்குப் போய் பாக்குறேன் என்று கூறி மொட்டை மாடிக்கு சென்றாள். அது ஒரு காலனியின் மொட்டை மாடி என்பதால், ப்ரவீனும், அன்பும் எங்கு இருக்கிறார்கள் என்று பார்க்க முடியவில்லை.

சரி கீழே இறங்கி விடலாம் என்று திரும்பியவளுக்கு, தாங்கள் சிறு வயதில் வந்து அமரும் மாடி திண்டைப் பார்க்க ஆவல் கிளம்பியது. சட்டென அந்த திண்டின் பக்கமாக நடக்கலானாள் கௌரி. அதே திண்டின் மேல் ப்ரவீனும், திண்டிற்கு கீழ் அன்பும் அமர்ந்திருக்க, "டேய் " கௌரியின் குரலால் திடுக்கிட்ட அன்பு சட்டென தான் கையில் வைத்திருந்த குவளையை மறைக்க, " நீ எப்ப இருந்துடா குடிக்க ஆரம்பிச்ச " என்றாள் கௌரி.

" உன்னையும் கெடுத்துட்டானா இவன் " என்று பிரவீனை கைகாட்ட, " நல்ல ஊமையா இருந்தே ஊர நம்ப வெச்சுரு " என்று அன்பை பார்த்து கூறிய பிரவீன், " அதெல்லாம் அவன் ரொம்ப நாளா, குடிக்கிறான் இன்னும் மாட்ல அவ்ளோ தான், ஆனா முத்து அங்கிள் கண்டுபுடிச்சிட்டாரு" என்று பிரவீன் தெரிவிக்க. மீண்டும் தந்தையின் நினைவுகள் கௌரிக்கு.

கௌரியின் முகம் வாடியதை கவனித்த பிரவீன், கௌரியிடம் "ஏய் எனக்கே அங்கிள் இல்லைன்றத ஏத்துக்க முடியல, ஆனா அவரு உன்ன இப்படி பாக்க விரும்ப மாட்டாரு, உன் மூஞ்சி கொஞ்சம் மாறி இருந்தாலே, எங்கிட்ட அவ்ளோ கேள்வி கேப்பாரு, உன் லைஃப் பழைய மாதிரி நார்மல் ஆகுற வர அவரு எங்கயும் போக மாட்டாரு, எனக்கு இந்த சாமி, பேய்லாம் நம்பிக்கை இல்ல, ஆனா அங்கிள் தவர்ன பிறகு ஒரு நாள் கூட அவரோட ப்ரெசென்ஸ் இல்லாம இருந்ததா நா ஃபீல் பண்ணல, அதனாலதான் சொல்றேன், அங்கிள்க்கு உன்ன இப்படி பாக்குறது பிடிக்காது, அவரை நம்மளால

பக்கத்துல வெச்சு பாக்க முடியல அவ்ளோ தான், சோ கௌரி ப்ளீஸ் கவலைப்படாத, நீயே யோசிச்சுப் பாரு கிட்டத்தட்ட ஒரு வருசமா நீ கஷ்டப் படுற ஆனா எங்க யாருக்குமே தெரியாது, அங்கிள் இறந்து தான் அது எல்லாமே தெரிய வந்துச்சு, அவருக்கே நீ எப்புடி இருந்தனு தெரியாது, " என்று கூறி முடித்தவன், மீண்டும் தொடர்ந்து " ஆனா அங்கிள் டெய்லி நைட் சொல்லுவாரு, "கௌரி ஏதோ கஷ்டத்துல இருக்காடான்னு" இப்ப யோசிச்சா தான் புரியுது" என்று பிரவீன் கூறி முடிக்க, மட மட வென பொங்கிய கண்ணீரை மீண்டும் மீண்டும் தனது கரங்களால் துடைத்து தோல்வியடைந்து, குலுங்கி குலுங்கி அழ ஆரம்பித்தாள் கௌரி.

கௌரியை தேற்ற அன்பும், பிரவீனும் பல முயற்சிகளை எடுக்க, இறுதியாக தன்னைத்தானே சிறிது ஆசுவாசப் படுத்திக் கொண்டு கௌரி அடக்கத் துவங்கினாள். காலை முதல் வெகு நேரம் அழுததால் முகம் வீங்கி, மூக்கு அடைத்து இருந்தது. " இங்க பாரு செம்மையா சளி புடிச்சிருக்கு உனக்கு, வா கீழ போகலாம் என்று பிரவீன் அழைக்க, அன்பு அங்கிருந்தவாறே தனது தாய்க்கு அழைப்பு கொடுத்து சாப்பாடு ரெடியா என்று கேட்க, " இதோ முடியப் போகுது " என்று பதிலளித்தார் வள்ளி.

அங்கேயே சிறிது நேரம் இருக்கலாம் என்றாள் கௌரி. கௌரி அங்கு வந்த உடனேயே மது குவளைகளை மறைத்து வைத்து மூவரும் பேசிக் கொண்டிருந்தனர். பேச்சு வாக்கில் அன்பு மெதுவாக பிரவீனை பற்றிப் பேச ஆரம்பித்தான்.

பிரவீனிடம் வலுக்கட்டாயமாக பேச ஆரம்பித்த அன்பு " டேய் கௌரிட்ட சொல்லுடா, அவ உனக்கு ஹெல்ப் பண்ணுவா " என்று அன்பு கூற, " டேய் பிரவீன் அப்பைல இருந்து கேக்குறேன் என்ன தான்டா அவன் சொல்றான்? " என்று கௌரி கேட்க, " நா சொல்றேன் கௌரி, இப்ப வேண்டாம் " என்றவனிடம், " யாருடா அந்த பொண்ணு" என்று கேட்டாள் கௌரி, "ஒரு நாள் உன்னட்ட காட்டுறேன், முதல நீ இந்த ப்ரொப்லெம்ல இருந்து வெளில வா அப்பறம் நம்ம இத பத்தி பேசுவோம் " என்று கூறிய பிரவீனிடம், " டேய் எனக்கு முழுசா டிவோர்ஸ், லீகல் டாக்குமெண்ட்ஸ் வந்து சேர இன்னும் மூணு மாசம் ஆகும்" என்று கௌரி கூற. "பரவால்ல, நீ முதல்ல இந்த சிச்சுவேஷன்ல இருந்து முழுசா வெளில வா அதுக்கு அப்பறம் நா உன்னட்ட அவள காட்டுறேன் " என்று பிரவீன் பதிலளித்த தருணமே, வள்ளி சாப்பிட

வரும்படி அன்பிற்கு அழைப்பு கொடுக்க, மூவரும் கீழே இறங்கி வந்து சாப்பிட அமர்ந்தனர்.

அன்பு ஏதும் தெரிவிக்காமல் கீழே வந்து சாப்பிட்டு முடித்த பின், "இங்கேயே படுத்துக்கோ கௌரி " என்று கூற, "இல்லடா நா வீட்டுக்கு போறேன், ரொம்ப நாள் கழிச்சு நா என்னோட வீட்ல படுக்கிறேன் " , என்று கூற, குறுக்கிட்ட வள்ளி, " இல்லடா அண்ணே தவறுனதுக்கு அப்புறம் இன்னும் ஏதும் புண்ணிய தானம்லாம் பண்ணல டா", என்று கூற "இல்ல ஆண்ட்டி, நா கீழயே படுத்துக்கறேன்" என்றளிடம் "சரி வா, நானும் உன் கூட கீழ படுத்துக்குறேன் " என்று வள்ளியும் சேர்ந்து கொள்ள, கௌரியும், வள்ளியும் கீழே வந்து கௌரியின் இல்லத்தில் உறங்க வந்தனர். உள்ளே வந்த பத்து நிமிடத்தில் கையில் பால் சட்டியுடன் ஒரு மாத்திரை பையையும் எடுத்து வந்து ஆஜரானார் பத்மா. "என்னைய கூப்புடவே இல்ல" என்ற பத்மாவிடம், "நீ தூங்கிருப்பனு நெனச்சேன்கா" என்றார் வள்ளி. "வாங்க பால் எடுத்துட்டு வந்திருக்கேன், குடிச்சுட்டு, இந்த மாத்திரைய போட்டுக்கோ கௌரி" என்று பத்மா கூற, ஏனென்று வினவிய வள்ளியிடம், அவளுக்கு ரொம்ப சளி புடிச்சிருக்குனு பிரவீன்தான் வாங்கி கொடுத்தான் என்று பத்மா கூற, மூவரும் சிறிது நேரம் பேசிக் கொண்டே படுத்திருந்தனர். சற்று நேரத்தில் கௌரியின் சத்தம் கேட்காமல் இருக்கவே திரும்பிப் பார்த்தார் வள்ளி, மாத்திரை போட்டதில் நன்றாக உறங்கியிருந்தாள் கௌரி.

கௌரி உறங்குவதை பாவமாக பார்த்திருந்த பத்மாவிடம் "பாவமா படுத்திருக்கா, எப்புடி மனசு வருது இந்த அறமெண்டல் சைகோங்களுக்கு, எனக்குலாம் அப்படி ஒரு புள்ள இருந்திருந்தா விஷம் வெச்சு கொன்னு போட்டிருப்பேன் " என்று வள்ளி கூற " பட்டு கெடப்பான் பரதேசிப்பய, புள்ளைய பாத்ரூமுக்குள்ள பூட்டி போட்டு வெச்சிருந்திருக்கான் ஒரு வாரமா "இவனுக்கு துணிஞ்சு கல்யாணம் பண்ணி வெச்சிருக்கானுங்க பாரு அவனுங்களையும் சேத்து உள்ள வைக்கணும் " என்று பத்மா கூற, "அட அக்கா பெத்தவங்க என்ன பண்ணுவாங்க " என்று கேட்ட வள்ளியிடம், " தன் புள்ளைய பத்தி தெரியாத அம்மா அப்பா யாரும் கிடையாது, ஒரு கல்யாணம் பண்ணா சரியாகிடும்னு நம்பிக்கைல பண்றது, அதுதான் தப்பு, இந்த மாதிரி சாடிஸ்ட்லாம் திடீர்னு வரது கிடையாது, ஆரம்பத்துல இருந்தே இப்படி இருந்திருப்பான், இல்லாட்டி ஒரு வருசத்துக்குள்ள இப்படி பண்ணி வெச்சிருப்பானா, " என்று பட படக்க பேசி முடித்தார் பத்மா

" சரி விடுக்கா அவ நல்லா தூங்கட்டும்," என்று கூறி இருவரும் கண் அசந்தனர்.

மூவரும் கண் அசந்து தூங்கியிருந்தனர், தூக்கத்தில் ஏதோ கனவு கண்டது போல கௌளரி மட்டும் நள்ளிரவில் திடுக்கென்று கண் விழித்துப் பார்க்க, முகம் முழுவதுமாக வியர்வைத் துளிகள், முகத்தை துடைத்தவள், எழுந்து சென்று தண்ணீரைக் குடித்து, சிறிது நேரம் அமர்ந்து தான் கண்ட கனவை நினைவூட்ட, அக்கனவில் கௌளரியின் தந்தை, அவளிடம் " நீ ரெண்டு நாள் ஊருக்குப் போயிட்டு வந்தா கூட உனக்கு சர்ப்ரைஸா அப்பா ஏதாச்சு வாங்கி ஒளிச்சு வச்சிருப்பேனேடா" என்று கூறியிருக்க, கண்ணீர் வெள்ளத்தில் மீண்டும் தன் முகத்தை மூக்க விட்டிருந்தாள் கௌளரி.

முத்துராஜா கனவில் வந்ததை நினைத்துப் பார்த்து எழுந்த கௌளரி, வேகமாகச் சென்று முத்துராஜாவின் மேசையை திறந்து பார்க்க, அதில் அவர் கௌளரி, பிரவீன் மற்றும் முத்துராஜா இருக்கும் ஒரு புகைப்படத்தை வைத்திருந்தார்.

கௌளரிக்கு குழப்பமாக இருக்க, குழப்பத்துடன் அந்த புகைப் படத்தை அங்கேயே வைத்துவிட்டு, மீண்டும் வந்து படுத்தாள் கௌளரி, தூக்கம் முற்றிலுமாக பறிபோய் இருந்தது.

அடுத்த நாள் காலை இயல்பாக, எழுந்து அனைவரும் அவரவர் வேலைகளைப் பார்த்துக் கொண்டிருக்க, கௌளரியும் அந்தக் கனவை மெல்ல மறந்து தனது அன்றாடங்களில் நிலைத்திருக்க, மீண்டும் அக்கனவு நினைவுக்கு வந்தது. கனவு மூளையில் ஓடிக்கொண்டிருக்கும் அத்தருணத்திலேயே, பிரவீன் அவள் வீட்டு படியேறி வர, அவனிடம் கௌளரியால் இயல்பாக பேச முடியாமல் தடுமாறினாள்.

பிரவீன் அவளிடம், " எங்கேயாச்சு வெளில போணும்னா கால் பண்ணு " என்று கூறியது எதுவும் அவளது செவியில் சென்று சேர்ந்திருக்கவில்லை. அன்று முழுவதும் அவளது தந்தையின் நினைவுகளும், பிரவீனின் நினைவுகளும் மாறிமாறி அவளை சூழ்ந்து கொண்டிருக்க, மிகப் பெரும் மனக் குழப்பத்திற்கு ஆளானாள் கௌளரி.

ஏறத்தாழ அன்றைய நாள் முழுவதும் பெரும் குழப்பத்துடன் நகர்ந்தது கௌளரிக்கு. மாலைப் பொழுதில் அன்பும், பிரவீனும் அலுவலகம் முடித்து நேராக கௌளரியின் வீட்டிற்கு வர, மூவரும் அமர்ந்து பேசிக் கொண்டிருந்தனர். அப்போது பிரவீனிடம், " டேய் நேத்து அந்தப் பொண்ணு யாருனு சொல்றேன்னு சொன்னியே " என்று

கௌரி கேட்க, அவள் மேல் வைத்திருந்த காதலை மட்டும் விளக்கி, அவள் யாரென்று பின்பு ஒரு நாள் தெரிவிப்பதாகக் கூறி முடித்தான் பிரவீன்.

அதன் பிறகு அன்புவுடன் சகஜமாக பேசிய கௌரி, பிரவீனைப் பார்த்தால் அந்த இடத்தில் இருந்து விலகி ஓட ஆரம்பித்தாள்.

தன்னிடம் ஏதோ ஒரு தடையை வைத்துக் கொண்டு பேசுகிறாள் கௌரி, என்று காலப்போக்கில் புரிந்து கொண்டான் பிரவீன்.

பிரவீனை தூரமாக இருந்து பார்ப்பவள், அவன் நடவடிக்கைகளை நோட்டம் விடுபவள், அவனிடம் பேசுவதிலும், பழகுவதிலும் மட்டும், தயக்கம் நிறைந்தவளாய் இருந்தாள் கௌரி.

அன்று வந்த கனவு, அதற்கு மேல் வந்ததாக அவள் உணரவில்லை, காலம் மெல்ல உருண்டோடியது. ஒரு நாள் இரவு, வள்ளியின் வீட்டில் அன்புவுடன் உரையாடிக் கொண்டிருந்த கௌரியிடம், " ஏன் இப்பலாம் பிரவீனோட சரியா பேசுறதே இல்ல," என்று கேட்க," அதெல்லாம் ஒண்ணுமில்லயே " என்றவளிடம் "பொய் சொல்லாத" என்றான் அன்பு. " சரி விடு " என்று பேச்சை மாற்றிய கௌரியின் முகம் மாறியிருந்தது. அதையும் புரிந்து கொண்ட அன்பு, மேலும் அவளிடம் பேசாமல், " இந்த வாரம் உனக்கு ஃபேமிலி கோர்ட் ஹியரிங் இருக்குல்ல " என்று கேட்க, "ஆமாடா நாளைக்கு, " என்று கௌரி சொல்ல, "நா ட்ராப் பண்ணவா" என்று கேட்டான். இல்லடா வேணாம் எனக்கு பதினோரு மணிக்கு மேல போனா போதும், உனக்கு லேட்டாகிடும், நீ கௌம்பு, நா கேப் போட்டுக்குறேன் என்றவள், வள்ளியின் வீட்டிலிருந்து இறங்கி தனது வீட்டிற்கு கிளம்ப, அன்புவிடம் பேசுவதற்கு உள்ளே நுழைந்தான் பிரவீன்.

பிரவீனை பார்த்ததும் சகஜமாக இருப்பது போல் " வாடா " என்று அழைத்த கௌரி, " நா கிளம்புறேன் " என்று கூறிக் கிளம்பினாள். "கௌரி..." என்றழைத்த பிரவீன் நாளைக்கு உனக்கு ஹியரிங் இருக்குல ?" என்று கேட்க "ஆமா" என்று கௌரி பதில் கூற, "நாளையோட எல்லாம் முடிஞ்சுடும்ல" என்று பிரவீன் கேட்டான் "ஆமா" என்று கூறிய கௌரியிடம், “எப்புடியும், என்ன கூட்டிட்டு போக சொல்லி கேக்க மாட்ட, எனக்கு ஒரு ஹெல்ப்," என்ற பிரவீனிடம் "என்னடா" என்று கௌரி கேட்க “நாளைக்கு அந்தப் பொண்ணு வீட்டுக்கு வர்றா, எனக்கு அவ கூட பேச கொஞ்சம் தயக்கமா இருக்கு, எனக்காக நீ அவள்ட்ட கொஞ்சம் பேச முடியுமா " என்று கௌரியிடம் கேட்டான்.

" ஓகே டா, எத்தனை மணிக்கு வரணும் " என்றவளிடம், " நீ எப்ப வறியோ வா " என்று பிரவீன் பதில் கூற, பிரவீனை உற்றுப் பார்த்துக் கொண்டிருந்தான் அன்பு.

அடுத்த நாள் காலை, எழுந்ததும், தனது வேலைகளை சீக்கிரம் முடித்து, குடும்ப நீதிமன்றம் செல்லத் தயாரானாள் கௌரி. அன்று அவள் எதிர்பார்த்ததைவிட அனைத்து வேலைகளும் தாமதமின்றி முடிய, அவளது நாள்காட்டியில் அன்று அவளுக்கு தாமதம் என்று அச்சிடப்பட்டிருந்தது, அப்போதே நிம்மதி அடைந்த கௌரி, இன்று தனக்கு விவாகரத்து கிடைத்திடும் என்று உள்ளப் பூரிப்படைந்தாள்.

அவள் நினைத்தது போலவே, கௌரியின் வழக்கு அன்று முதல் வழக்காக முடித்து வைக்கப்பட்டது, சட்ட ரீதியாக அவள் கணவரைப் பிரிந்தாள் கௌரி. அவளது கணவர் மீது குடும்ப வன்முறை வழக்கு பதிவானதால், அந்த வழக்கு நிரூபணம் ஆகும் வரை விவாகரத்து கிடைப்பதில் சிக்கல் இருந்தது, அன்று அனைத்து சாட்சிகளையும் காவல்துறை சமர்ப்பிக்க, அன்றே கொடுக்கப்பட்டது விவாகரத்து.

நீண்ட நாட்களுக்குப் பிறகு முழு சுதந்திரம் கிடைத்தது போல உணர்ந்தாள் கௌரி. அடுத்த நொடி வீட்டிற்குப் புறப்பட்டவள், நேராக அவள் வீட்டிற்கு வந்தாள், கௌரி வீட்டிற்கு வருவதைப் பார்த்த வள்ளி, பெரும் ஆவலுடன் கீழே இறங்கி வர, வள்ளியைக் கட்டிப் பிடித்து அழுது, விவாகரத்தான செய்தியைச் சொல்ல, இனி உனக்கு எல்லாம் நல்லதுதான்டா நடக்கும், எந்த கவலையும் இல்லாம போய் அப்பா படத்த கும்புடு என்று கூறி வள்ளி, பத்மாவிடம் செய்தியைத் தெரிவிக்க, பத்மாவிடம் சொல்லும் செய்தியை வீட்டினுள் இருந்த பிரவீன் கேட்டு, நேராக கிளம்பி கௌரியின் வீட்டிற்குச் சென்றான்.

"இன்னைக்கு இவன் வேலைக்குப் போகலையா" என்று வள்ளி கேட்க, "இல்லங்க காலைலதான் சொல்றான் எதோ ஒரு பொண்ண லவ் பண்றானாமா இன்னைக்கு வீட்டுக்கு கூட்டி வரேன்னு சொல்றான், இன்னும் அந்த பொண்ணுக்கிட்டயே சொல்லலையாம்.கௌரி தான் பேசுறேன்னு சொல்லிருப்பா போல," என்று பத்மா கூறி முடிக்க கௌரியின் வீட்டினுள் இருந்து அவளை அழைத்துக் கொண்டு நேராக தங்கள் வீட்டிற்குக் கூட்டி வந்தான் பிரவீன்.

படபடப்பான மனநிலையில் அவனோடு வந்தாள் கௌரி. "டேய் நா கொஞ்ச நேரம் கழிச்சு வந்து சொல்றேன்" என்றவளை, "இல்ல கௌரி நா ரொம்ப நாளா வெயிட் பண்றேன்", என்று கூறி அவளை

உள்ளே கூட்டிச் சென்றவன், " இங்கேயே வெயிட் பண்ணு, நா அவள கூட்டிட்டு வரேன் " என்றவன், கௌரியை ஒரு அறையில் அமரவைத்து, வெளியே வந்தான்.

அடுத்த இரண்டு நிமிடங்களில் கௌரியை அழைத்தவன், " அவ என் ரூம்ல வெயிட் பண்றா, ப்ளீஸ் நீ கொஞ்சம் தெளிவா அவள்ட பேசிட்டு வந்து சொல்லு, அவளுக்கு என்ன புடிக்குமோனு ஒரு சந்தேகம் இருந்துச்சு, ஆனா இப்ப என்னவோ என்னைய அவளுக்கு புடுச்சிருக்குனு நெனைக்கிறேன், ஒரு வேள அவளுக்கு என்ன பிடிக்கலைன்னா பரவால்ல ஆனா *friendship* குள்ள எந்த சிக்கலும் இருக்கக்கூடாது அத மட்டும் பாத்து பேசு."

என்று கௌரியை அவன் அறைக்கு அனுப்ப, அவனை பாவமாக உற்றுநோக்கியபடி உள்ளே சென்றாள் கௌரி. கௌரியின் பார்வை அன்று அவளுக்கு பிரவீனின் மீதிருந்த காதலை வெளிப்படுத்தியது.

இருந்தும் தனது எண்ணங்களை மனதில் புதைத்துக் கொண்டு, உள்ளே சென்றவள், கதவைத் திறக்க, அந்த அறையில் ஒரு முகம் பார்க்கும் கண்ணாடி மட்டும் இருந்தது, உள்ளே சென்றவள் அடுத்த நொடி வெளியேறினாள்.

எதுவும் பேசாமல் நின்றிருந்த பிரவீனிடம் வந்த கௌரி, "நீயே சொல்லனுமா அவளுக்கு" என்று கூற, " நம்ம கல்யாணம் பண்ணிக்கலாமா கௌரி " என்று கேட்டான் பிரவீன். சட்டென அவனைக் கட்டி அணைத்து அழ ஆரம்பித்தாள் கௌரி. மிகுந்த மனநிறைவுடன் பத்மாவும், வள்ளியும் கௌரியைத் தேற்ற யாரையும் கேட்காத காற்று ஒன்று வாசலில் இருந்த பூவை வருடிக் கொண்டிருந்தது.

9.

ரத்தினமும் இன்னும் பல ஆண்களும்

கதிரவனை விரட்டி வாரி அடைத்து வைத்திருந்தது வெண்முகில் கூட்டங்கள், நீர் மூலக்கூறுகள் அதிகம் இல்லாமல், பெரும்பாலும் மாசு துகள்கள் நிரம்பி இருந்த வெண்முகில் கூட்டத்தால் வெப்பம் சற்று அதிகமாக இருந்தது.

முகில் கூட்டத்திற்குள் மறைந்து நின்ற சூரியன், தன்னை மறைத்த முகில்கள் பூமியைக் காண்பதா? என்ற கோபத்தில் மேலும் தனது சுடு கதிர்களை, செறிவூட்டியது போல், வெக்கை அளவிற்கதிகமாக இருந்தது.

அதீத வெப்பம் காரணமாக பூமியில் பறந்து கொண்டிருந்த மனிதர்களும், நடந்து கொண்டிருந்த பறவைகளும், " பதற வேண்டாம், புவி ஈர்ப்பு விசையால் நாம் ஈர்க்கப்பட்டோம் என்றால் பறக்கிறோம் என்று தானே பொருள்"

சரி உலக நடப்புப் படி மனிதர்கள் நடப்பதாகவும, பறவைகள் பறப்பதாகவும், எடுத்து தொடர்வோம். அப்படி பறந்து அல்ல.. ஊர்ந்த பேருந்தில் ஓடியது அல்ல, காரணம் போக்குவரத்து நெரிசல், அந்தப் போக்குவரத்து நெரிசலில் மூன்று முறை கடந்தது சிவப்பு நிற சமிக்ஞை, அதில் வெறும் நூறு அடி மட்டுமே நகர்ந்திருந்தது, ரத்தினம் பயணம் செய்த 5E பேருந்து.

அடையாற்றின் போக்குவரத்து நிறுத்தத்தில் இருந்து, பெசன்ட் நகர் சாலையில் திரும்ப, அரைமணி நேரம் ஆனது. ரத்தினத்தின் இருசக்கர வாகனம் பழுதான காரணத்தால், அன்று ரத்தினம் பேருந்தில் அலுவலகம் வந்திருந்தார்.

அலுவலகத்தில் இருந்து வெளியே செல்ல வேண்டிய பணியோடு சேர்த்து, பகுதி நேர விடுப்பு எடுத்துக் கொண்டு. பெசன்ட் நகர் கடற்கரைக்குக் கிளம்பினார் ரத்தினம். ரத்தினத்தின் அலுவலகம் மத்திய

கைலாஷில் இருப்பதால், அவ்வப்போது சோர்வாக இருக்கும் பொழுது பெசன்ட் நகர் கடற்கரைக்கு வருவது, ரத்தினத்தின் பழக்கம்.

பேருந்து பெசன்ட் நகர் சாலையில் திரும்பியதும், ரத்தினம் பக்கத்தில் அமர்ந்திருந்த ஒரு இளைஞன் எழுந்து வேகத் தடையில் இறங்குவதற்கு ஆயத்தமானார். அருகில் இருப்பவர் இறங்கியதும், சற்று உடலை விரிவு படுத்தி அமர்ந்தார் ரத்தினம்.

தாராளமாக அவர் அமர்ந்த நொடி, அவரது அலைபேசி ஒலிக்கும் சத்தம் கேட்டு, அதை எடுத்துப் பார்த்தவர், சிறிது சலிப்புடன் அலைபேசியை எடுத்த எடுப்பில் " ஏய் எதுக்குடி இப்ப எனக்கு போன் பண்ற" என்று பலத்த குரலில், தான் பேருந்தில் இருப்பதை மறந்து கத்தினார்.

பேருந்தில் இருந்த அனைவரது விழிகளும் சட்டென ரத்தினத்தின் மீது படிய, இரண்டு நொடி மௌனத்திற்குப் பின், சட்டென அழைப்பைத் துண்டித்து, ஜன்னல் ஓரம் வேடிக்கை பார்த்தபடி சாய்ந்து அமர்ந்தார். எல்லோரும் பார்த்து விட்டனர் என்ற எண்ணம், ரத்தினத்திற்கு ஒரு தைரியத்தைக் கொடுக்க, தனது அலைபேசியை எடுத்து, வந்த எண்ணிற்கு மீண்டும் அழைத்து, "என்ன மயிரு இப்ப சொல்லு ", என்று மீண்டும் அதே குரலுடன் ஆரம்பித்தார். எதிரிலிருந்து ஏதோ பதில் வரவே "ங்கோத்தா அப்படிதாண்டி பேசுவேன், என்ன புடுங்க போற " என்று மீண்டும் குரலை இன்னும் கால் சாண் உயற்ற, தன் காதில் இருந்த அலைபேசியை எடுத்து ஒரு முறை பார்த்ததில் சுற்றி பார்த்துக் கொண்டிருந்தவர்களுக்குப் புரிந்தது, எதிரில் அழைப்பு துண்டிக்கப் பட்டதென்று.

அதோடு அவருக்கு அழைப்பு வரவில்லை, ரத்தினத்தின் புண்ணியத்தால் ஜன்னலோரக் கம்பிகள் யாவும் தலைகளை சுமக்காமல்,சிறிது நேரம் வந்தது. பெசன்ட் நகர் பேருந்து நிறுத்தம் வந்ததும், இன்னும் சுவாரசியத்தை எதிர்பார்த்த சக பயணிகள் சிறிது ஏமாற்றத்துடன், அங்கிருந்து கிளம்ப, ரத்தினமும் இறங்கி வியர்க்க விறுவிறுக்க, கடற்கரையை நோக்கி நடக்கலானார்.

போகும் வழியிலேயே, மணல் பரப்பு ஆரம்பிக்கும் முன்பு இருந்த நடைபாதை தடுப்புக் கல்லில் ஒரு நிமிடம் அமர்ந்து, தனது கைபேசியை எடுத்து, அதில் முகநூல் செயலியைத் திறந்து, அதில் தேடுவதற்கான இடத்தில் சென்று " அரவிந்த் " என்று தேடிப் பார்க்க, அதில் பல நூறு அரவிந்துகள் வந்து குவிய, தேடுதலுக்கான சின்னத்தைத் தொட்ட ரத்தினம் மறுமுறையாக, அபிநயா என்று

தனது நண்பர்கள் வரிசையில் தேடி, அவரது சுயவிவரம் இருக்கும் பக்கத்திற்குச் சென்று, அபிநயாவின் நண்பர்கள் இருக்கும் சின்னத்தைத் தொட, அதில் அரவிந்த் என்று அடித்ததும் வந்தான் ரத்தினம் தேடிய அரவிந்த்.

ரத்தினம் அரவிந்தை தேடக் காரணம், அரவிந்த் அபிநயாவிற்கு அனுப்பிய " not slept yet ? " என்ற ஒரு குறுஞ்செய்தி, அது வந்த நேரம் நள்ளிரவு பன்னிரெண்டரை என்பது, ரத்தினத்தின் இன்றைய அனைத்து பிரச்சனைகளுக்கும் காரணம் ஆனது.

அங்கு அமர்ந்தவர் எழுந்து உள்ளே நடக்க ஆரம்பித்தான். வெயில் சற்று தணிய தொடங்கியது. கடற்கரையை நோக்கி சிறிது மக்கள் கூட்டமும் வரத் தொடங்கின.

உள்ளே நடந்து சென்ற ரத்தினம், மெதுவாக இரவு முதல் அவருக்கும், அவரது மனைவி அபிநயாவிற்கும் நடந்த கருத்து மோதல்களையும், வாக்குவாதங்களையும், யோசித்துக் கொண்டே நடந்தார். கடற்கரையில் தனிமைவிரும்பிகளுக்காகவே ஒதுக்கப்பட்டது போல ஒரு இடம் இருக்கும், அதில் விரக்தி நிறைந்த மனிதர்களும், படகுகளும், ஆங்காங்கே அமர்ந்திருப்பர்.

அந்த மனிதக் கூட்டத்தின் ஊடே சென்று ரத்தினமும் அமர்ந்தார். காலை அபிநயாவிடம் சண்டை போட்ட பொழுது, அவள் பேசியது ரத்தினத்தின் நினைவுக்கு வந்த வண்ணம் இருந்தது. இரவு அரவிந்த் அபிநயாவுக்கு அனுப்பிய அந்தக் குறுஞ்செய்தி அழைத்து வந்தது அத்துணை சண்டைகளையும்.

மொத்த சண்டையும் அந்நேரத்தில் ஏன் ஒரு ஆண் ஒரு குடும்பப் பெண்ணுக்கு குறுஞ்செய்தி அனுப்ப வேண்டும் என்ற புள்ளியில் தொடங்கியதே.

அரவிந்த், அபிநயாவுடன் அலுவலகத்தில் பணிபுரிபவர், இருவரும் ஒரே ப்ராஜெக்ட் என்பதால், இருவரும் அவ்வப்போது பேசுவதுண்டு. அன்று பணி நிறைவு பெற வெகு நேரம் ஆன காரணத்தால், அன்று அபிநயாவுக்கு அந்த புலனச்செய்தி அனுப்பியிருந்தார் அரவிந்த். அதற்கு முன் பலமுறை ரத்தினத்தின் அலுவல் காரணமாக பல அழைப்புகள் இரவு நேரங்களில் வந்திருந்தாலும், இந்த குறுஞ்செய்தி வந்தது பெரும் பிரளயத்தைக் கிளப்பியது.

அந்த பிரளயம் அடுத்த நாள் மாலை வரை நீடித்ததன் விளைவு தான் இந்த கடற்கரை விஜயம். ஒரு கரையில் மெல்ல சூரியனை

விழுங்கிக் கொண்டிருந்த கடலின் மறு கரையில் அமர்ந்து, முதல் நாள் வாக்குவாதத்தை மனதில் ஓட்டிக் கொண்டிருந்தார் ரத்தினம்.

மனதில் முந்தைய நாள் இரவு நிகழ்ந்த உரையாடலை, ஓட்டிப் பார்க்கையில் " இந்நேரத்துல மெசேஜ் அனுப்புறானே, அறிவிருக்காதா அவனுக்கு, என்று ரத்தினம்தான் முதலில் ஆரம்பித்திருந்தார். அவருக்கு விடை அளிக்கும் பொருட்டு. " இன்னைக்கு ஆபீஸ்ல ஒரு முக்கியமான கால் பா, அதோட ஸ்டேட்டஸ் சொல்றதுக்காக மெசேஜ் பண்ணிருப்பாரு " என்று அபிநயா பதிலளிக்க, " அதுக்குன்னு நடுச்சாமத்துல மெசேஜ் பண்ணுவானா பொறம்போக்கு ", என்று மீண்டும் சற்று குரல் உயர்த்தினார் ரத்தினம். " இப்ப என்ன, நா ரிப்ளை பண்ணவா இல்ல வேண்டாமா, மெசேஜ் பாத்துட்டேன்னு தெரியும், ஒரு கர்ட்டஸிகாவது, ரிப்ளை பண்ணிடுறேன்" என்று கைபேசியை எடுத்து புலனத்தைத் திறக்க, ஆவேசமாக கைபேசியைப் பிடுங்கிய ரத்தினம், " த்தா சொல்லிகிட்டே இருக்கேன், காதுல வாங்காம எடுத்து மெசேஜ் அடிச்சிக்கிட்டு இருக்க மயிரு, " என்ற ரத்தினத்தின் கேள்விக்கும் பொறுமையாக, " ஹே ப்ளீஸ் நாளைக்கு காலைல, ஆபீஸ் போனா மூஞ்சில முழிக்க வேண்டாமா, " என்று அபிநயா கேட்க, "ஏண்டி இங்க ஏன் இந்த டைம்ல மெசேஜ் வந்திருக்குனு கேட்டுகிட்டு இருக்கேன், நீ என்னடானா, அவனுக்கு மெசேஜ் அனுப்பறது முக்கியம்னு பேசுற, உனக்கெல்லாம் நல்லதே சொல்லிக் கொடுத்தது இல்லையா உங்காத்தா, ஏண்டி ரூட்டு மாறி பேசிக்கிட்டிருக்க," என்று இன்னும் பலமாக வார்த்தையை விட, தலையை குனிந்து சிரித்துக் கொண்டிருந்த அபிநயா, “ஏண்டா உங்களுக்கெல்லாம், திட்டும் போது கூட, இன்னொரு பொம்பளைய இழுக்காம திட்றதுக்கு வக்கில்ல, இதுல என்ன சரியா வளக்கலையோ, இப்புடி சம்மந்தமே இல்லாம, என் வீட்ட இழுத்து பேசுறியே, உன்னலாம் எதுல ஊறப்போட்டு வளத்தாங்க" என்று காட்டமாக அபிநயாவும் விவாதத்தைத் துவங்க, " ஏய் என்ன வாய் மயிரு ரொம்ப நீளுது, மூஞ்சி மொகரையெல்லாம் ஒடச்சு எறிஞ்சிருவேன் பாத்துக்க, " என்று ரத்தினம் கூற, "எங்க ஒட பாக்கலாம், என்ன மிரட்டி பாக்குறியா, உன் ஆபீஸ்ல நைட் கால் வந்தா மட்டும் வேலை, அதே மத்தவங்களுக்கு வந்தா அவங்கெல்லாம் உங்க பாஷைல தேவுடியா, அப்படித்தான, இவ்ளோ பேசுற நீங்க, வேலைக்குப் போறப் பொண்ண பாத்து, இனி வேலைக்கெல்லாம் போக வேண்டாம்னு சொல்லுங்களே பாக்கலாம், சொல்லவே முடியாது, இப்ப கூட நா வேலைக்குப் போறதுனாலதான், உன்

பொழப்பு ஓடுதுனு நா சொல்ல வரல, ஆனா இந்தக் குடும்பம், கஷ்டம் தெரியாம போறதுக்கு காரணம் நா வேலைக்கு போறதுதான், எல்லா வேலைக்குப் போற பொம்பளைக்கு இது பொருந்தும்.

ஒரு வேள வீட்ல இருந்தா மட்டும், எங்க வளர்ப்பப்பத்தி பேசாமையா இருக்க போறீங்க" என்று பட்டாசாய் பொரிந்து தள்ளிய அபிநயாவின் வார்த்தைகள் ரத்தினத்திற்கு நினைவு வந்தது.

அந்த கடற்கரை காற்றிடம், ஒருமுறை, அபிநயாவை வேலையில் இருந்து நிப்பாட்டி விடலாமா என்ற யோசனையை பகிர்ந்து பார்த்தார் ரத்தினம். காற்றோடு நினைவுக்கு வந்த செலவுகளை மனதில் நினைத்து கணக்கிட்டுக் கொண்டே, கடலலையைப் பார்த்து சிரித்த தருணம், "அவள நல்ல மரியாதையோட வீட்டுக்கு கௌம்பி வர சொல்லு, என்ன மயிருலடி புள்ள வளத்திருக்க நீ, வெளில தல காட்ட முடியல, இப்ப மட்டும் என் கண்ணுல சிக்கிட்டானா அங்கயே அறுத்துப் போட்டு வந்துருவேன்," மண்டை என்று பிளக்கக் கத்தி கொண்டிருந்தார் சண்முகம். அதோடு விடாதவர் "அவள எனக்குதான் பெத்தியா," என்று கேட்டவாறு அழைப்பை துண்டித்து, இடுப்பில் கையை வைத்தபடி அங்கும் இங்கும் பார்வையிட்டுக் கொண்டிருந்தார்.

மீண்டும் சண்முகத்தின் எண்ணிற்கு அவரது மனைவி அழைக்க, அழைப்பை எடுத்தவர், அவரது மனைவியிடம்

"வீட்டுக்குதாண்டி வருவேன்,எங்கயாவது தொலையலாம்னா எங்க போறது, உன் மக வேலைக்குப் போறான்னு, பாத்துகிட்டு இருந்த வேலையையும் விட்டுட்டேன், ஊருல சாதி சனமெல்லாம் அசிங்கமா பேசுது. ஆத்தாளும் மகளும், இன்னும் என்னை எவ்வளவு அசிங்கப்படுத்த போறீங்க" என்று மீண்டும் மண்டை பிளக்க கத்திப் பேசினார் சண்முகம். எதிரில் ஏதோ பதில் பேச, " நீயுந்தாண்டி என்னட்ட இருந்து மறச்சிருக்க " என்று கூறியவர், எதிரில் பேசிய குரலுக்கு பதிலளிக்கும் வகையில், " அப்ப சம்பாதிச்சா எப்படி வேணாலும் டிரஸ் போடலாம், அதத்தான நீ சொல்ல வர, " என்று கூறி அழைப்பைத் துண்டித்தார்.

பேருந்தில் கத்தி பேசிய ரத்தினம், கடற்கரையில் கத்திக் கொண்டிருக்கும் சண்முகத்தை, சிறிது ஏளனத்துடன் கவனித்துக் கொண்டிருந்தார். அழைப்பைத் துண்டித்த சண்முகம் மிக மூர்க்கத் தனமாக, தனது கைபேசியை கீழே எறிய, " யோவ் விடுயா, டென்ஷன் ஆவாத" என்று சண்முகத்தைத் தேற்றி பக்கத்தில் அமர்ந்தார் மோகன்.

இந்த மனித மனம், தனது மனக் கசப்புகளை மறக்க, மற்றவரது கசப்பின் அளவை ஒப்பீடு செய்து கொள்ளும். அது போல் ரத்தினம் சண்முகத்தின் பக்கம் செவியைப் போட்டு, அருகில் அமர்ந்திருந்தார்.

தனது நண்பர் மோகனிடம், மெல்ல புலம்ப ஆரம்பித்தார் சண்முகம். " என் குடும்பத்தில, இப்படி யாருமே பேர் எடுத்தது இல்லைங்க, கொஞ்சம் கொஞ்சமா அவ நடவடிக்கை மாறிக்கிட்டே வந்துச்சு, இப்ப இங்க வந்து நிக்கிது, படிக்க வெச்சதுதாங்க பெரிய தப்பு, " என்று மோகனிடம் சண்முகம் கூற, " விடு சண்முகம், வேற என்ன பண்றது, நாலு எழுத்து படிச்சு வேலைக்குனு போய்ட்டா, இதெல்லாம் பொறுத்துதான் போக வேண்டியதா இருக்கு, அதுவும் இந்த பொட்ட பிள்ளைகளுக்கு படிச்ச உடனேயே எங்கயாவது ஒரு வேலை கெடச்சிருது, நம்ம பயலுகதான் அல்லோல படுறானுங்க, ஏன் நம்ம ஆதிய எடுத்துக்க, இன்னும் சரியான வேல அமையல, இவய்ங்க இந்த பொட்டப்புள்ளைகள சும்மா இருக்க விடாம சொறிஞ்சு விட்டுறாய்ங்க, அதுங்க நம்மள முச்சந்தில நிப்பாட்டி அசிங்க படுத்துதுங்க" என்று ஒருசேர பெண்கள் பணிக்கு செல்வதையும், தன் மகன் ஆதிகேசவனுக்கு வேலை அமையாததையும், இணைத்து சண்முகத்தை ஆறுதல் படுத்துவது போல் மேலும் சிறிது எண்ணெய் ஊற்றிக் கொண்டிருந்தார் மோகன்.

மோகன் பேச்சை நிறுத்திய அடுத்த நொடி மீண்டும் ஒலித்தது கைபேசி, எடுத்துப் பார்த்தவுடன், மேலும் பதற்றம் அடைந்தவர் போல ஆனார் சண்முகம். அழைப்பில் சண்முகத்தின் அக்கா கலைவாணி. அழைப்பை சண்முகம் எடுக்காமல் நிராகரிக்க, மீண்டும் வந்தது மறு அழைப்பு, வேறு வழியின்றி அழைப்பை எடுத்தார் சண்முகம். சிறிது நேரம் எதிரில் பேசுபவரின் குரல் கேட்கவில்லை அவருக்கு, மணலில் கீழே விழுந்த அலைபேசியில் மண் துகள்கள் அடைத்து சத்தம் கேட்காமல் இருந்தது.

அழைப்பைத் துண்டித்த சண்முகத்தின் அக்கா கலைவாணி மீண்டும் அழைக்க, வேறு வழியின்றி அழைப்பை ஒலிபெருக்கியில் போட, " டேய் தம்பி கேக்குதா " என்று ஆரம்பித்த கலைவாணியிடம், "கேட்குதுக்கா" என்று சொன்னது மட்டும்தான் தாமதம், அடித்த அடைமழையாக ஆரம்பித்தார் கலைவாணி." என்னடா இப்படி அசிங்கப் படுத்துறீங்க, இதுக்கு தான் குடும்பத்தோட அங்க போய் உக்காந்திருக்கீங்களா," என்று கடுமையான வார்த்தைகளுடன் ஆரம்பித்த கலைவாணி,

" ரொம்ப நெஞ்சழுத்தம்டா உன் பொண்ணுக்கு, உன் பொண்டாட்டி என்ன சொல்றா, ஆத்தாதான புள்ளைக்கு வேலை கெடச்சிருக்குனு ஊரே வேடிக்கை பாக்குற அளவுக்கு ஒரே ஆட்டமா கௌம்பி ஓடுனா, இப்ப என்ன சொல்லுவா, முட்டி தெரியுற அளவுக்கு ட்ரெஸ் போடாத, அடுத்து அவுத்து போட்டு போன்னு சொல்லுவா போல," என்று சண்முகத்தின் மனைவி செல்லத்தை பற்றியும், மகள் அனிதாவைப் பற்றியும், கூறி, அதோடு நிறுத்தாமல், " என் மாமியார் வீட்லலாம் தலகாட்ட முடியாது, " என்று கூறி முடித்து அழைப்பைத் துண்டித்தாள்.

கலைவாணியின் அழைப்பு சண்முகத்தை மேலும் மூர்க்க மாகக்கியது. எதுவும் பேசாமல் அமைதியாக அமர்ந்திருந்தார் சண்முகம். அடுத்து சில நிமிடங்களில், மீண்டும் கைபேசி ஒலியடிக்க, பற்களை நறநறவென கடித்தபடி அழைப்பை எடுத்து, " என்ன " என்ற கேள்வியுடன் ஆரம்பித்தார் சண்முகம்.

அம்முறையும் கைப்பேசியில் குரல் கேட்காத காரணத்தால், ஒலிப்பான் மூலம் பேச, " என்ன " என்ற கேள்விக்கு எதிர்வினையாற்ற ஆரம்பித்தாள் அனிதா. " இப்ப எதுக்குப்பா நீங்க அம்மாகிட்ட போன் பண்ணி கத்திக்கிட்டு இருக்கீங்க, உங்க பிரச்னை, நா ஆபீஸ்க்கு போட்டுட்டு போன டிரஸ்தான, அத நியாயமா என்னட்டதான கேக்கனும், எதுக்குத் தேவையில்லாம அவுங்கள்ட்ட போன் பண்ணி கத்துறீங்க, இப்ப என்ன நா என் ஃப்ரெண்ட்ஸ் கூட பார்ட்டி போனது, அதுவும் அந்த டிரஸ் போட்டு பார்ட்டிக்கு போனது தப்பு அவ்ளோதான, நா சொல்லட்டா எது தப்புனு, நா பார்ட்டி போனதோ, இல்ல அதுக்கு போட்டுப்போன ட்ரெஸ்ஸோ கிடையாது, அத நா பேஸ்புக்ல போட்டேன் அதான் தப்பு, நம்ம அடக்கி வெச்சிருந்த ஒருத்தனோட வீட்ல ஒரு புள்ள இன்னைக்கு நம்ம பாக்க முடியாத இடத்தை பாக்குதுன்ற காஞ்ச புத்திதான் காரணம், என்ன அசிங்கமா பேசுறவனெல்லாம் என்ன அசிங்கப்படுத்தல நம்மள அசிங்கப் படுத்துறான் அத மட்டும் புரிஞ்சிக்கங்க," என்று நெடிதாக பேசிய அனிதாவிடம், "ஏம்மா கொஞ்சம் கூட என் ரத்தம் மாதிரி பேச மாட்டேன்ற நீ, இந்த தேவுடியாத்தனமெல்லாம் உன் ஆத்தா வீட்ல தான்மா பழக்கம், உன் தாத்தன மாதிரி என்ன வெக்கங்கெட்டு பொழப்பு நடத்த சொல்றியா, நீ வேலைக்குப் போறதே எனக்கு பிடிக்கல, அப்படி இருக்கும்போது இந்த மாதிரியான ட்ரெஸ்லாம் போட்டு என்ன ரொம்ப அசிங்கப்படுத்துற நீ, "என்று பதிலளித்த சண்முகத்திடம், சத்தமாக சிரித்தபடி, "என் கணுக்காலுலையும் முட்டிலயும்தான் நம்ம

குடும்ப மானம் இருந்துச்சா, உங்களுக்கே இப்படிலாம் சொல்றதுக்கு கேவலமா இல்ல, நா பண்றது உங்க கண்ணுக்கு தப்பா தெரிஞ்சா என்னட்ட வந்து பேசணும், அம்மாவ திட்றதே தப்பு, இதுல தாத்தா வர இழுத்து பேசுறீங்களே வெக்கமா இல்ல, எங்க அம்மாவோட நகை அடமானத்துக்குப் போற அப்பெல்லாம் உங்க மானம் போகலையா, உங்களலெல்லாம் திருத்தவே முடியாது, நீங்க ஒரு வேள வீட்டுக்கு வர மாதிரி இருந்தா, அம்மாவ வந்து டிஸ்டர்ப் பண்ணக் கூடாது, அவ்ளோ தான்" என்று கூறி அழைப்பைத் துண்டித்தாள் அனிதா.

மீண்டும் என்ன செய்வதென்று தெரியாமல், கடற்கரையில் அமர்ந்திருக்க, " பெத்த பொண்ண இப்படி சொல்லக் கூடாதுங்க ஆனா என் பொண்டாட்டி வீட்டுல இருக்குற தேவுடியாளுங்க மாதிரி தாங்க என் பொண்ணும் நடந்துக்க ஆரம்பிக்குது, என் அக்கா எவ்வளவோ சொல்லிச்சு வேலைக்கு அனுப்பாத புள்ள அடங்காதுனு, அது சொன்னது தான் இப்ப நடந்திருக்கு, இந்த போனை வேற கைல வெச்சிக்கிட்டு இந்த புள்ளைங்க படுத்துற பாடு?" என்று சண்முகம் மோகனிடம் பேசிக் கொண்டிருந்த தருணம், திடீரென பரபரப்பானது கடற்கரை. தூரத்தில் ஒரு அறுபது வயது முதியவரை கரையில் ஒரு கூட்டம் தடுத்து நிறுத்தி வைத்திருந்தது. அங்கே ஏதோ அசாதாரண சூழல் இருப்பதைப் புரிந்து கொண்ட சண்முகமும், மோகனும் அமர்ந்திருந்த இடத்திலிருந்து எழுந்து, அந்தக் கூட்டம் நோக்கி நகர, அவர்களை வேடிக்கை பார்த்துக் கொண்டிருந்த ரத்தினமும் அங்கு நடக்க ஆரம்பித்தார்.

அங்கு குழுமியிருந்த கூட்டம் தொப்பலாக நனைந்த முதியவர் ஒருவரை, அமர வைத்திருந்தனர். கூட்டத்துடன் சேர்ந்து வேடிக்கை பார்க்க ஆரம்பித்தனர் மூவரும். ரத்தினம் இருக்கும் திசை நோக்கி "அங்கதாங்க அவரோட பேக் இருக்கு எடுங்களே கொஞ்சம்" என்று ரத்தினத்தைப் பார்த்து ஒருவர் கூற, தான் நின்ற இடத்திற்கு பின்பிருந்த கைப்பையை எடுக்க அதிலிருந்து ஒரு செய்தித்தாளின் ஒரு பக்கம் மட்டும் கீழே விழுந்தது.

பையைக் கொடுத்து விட்டு கீழே விழுந்த அந்த செய்தித்தாளின் பக்கத்தை எடுத்துப் பார்க்கையில், குடும்ப வன்முறை வழக்கில் பிரகாஷ் கைது! என்று கொட்டை எழுத்துக்களில் அச்சிட்டிருந்தது.

செய்தியில் கௌரி என்ற பெண்ணை, நான்கு மாதங்களாக வீட்டிற்குள் அடைத்துத் துன்புறுத்திய காரணத்திற்காக பிரகாஷ் என்ற இளைஞர் கைது செய்யப்பட்டார், என்ற செய்தி. வீட்டிற்குள்

மனைவியை அடைத்து வைத்திருந்த பிரகாஷின் மனைவி கௌரி விடுவிக்கப்பட்டார் என்று தொடர்ந்த அந்தச் செய்தி சுருக்கமாக தெரிவித்தது, தன் இச்சைகளுக்கு இணங்க மறுத்த மனைவியை நிர்வாணமாக வீட்டிற்குள் பூட்டி வைத்த இளைஞர் கைது என்பது தான்.

அந்தப் பெரியவரை, சுத்தி நின்ற கூட்டம் கலையும் முன், " ஐயோ மாமா, என்ன ஆச்சு" என்று வேகமாக ஓடி வந்தார், கிருஷ்ணன் சுற்றி நின்ற கூட்டத்தை விலக்கி, " கொஞ்சம் எல்லாரும் தள்ளி நில்லுங்க" என்று, " கூட்டத்தைக் கேட்டுக் கொண்டதன் பேரில் கூட்டம் சற்று விலகியது. "யாரு சார், போலீஸ்ல ஏதும் இன்பார்ம் பண்ணனுமா ? " என்று கூட்டத்தில் இருந்த ஒருவர் கேள்வி கேட்க, " இல்லங்க ப்ளீஸ் ஒரு பர்சனல் இஸ்யூ ப்ளீஸ் பெருசு படுத்தாதீங்க, " என்று கிருஷ்ணன் கேட்டுக் கொண்டு அங்கிருந்து கிளம்பலாம், என்று தனது மாமா ராமச்சந்திரனை கூப்பிட, சற்று நேரம் இங்கேயே உட்காரலாம் என்று ராமச்சந்திரன் கேட்டுக்கொள்ள, கூட்டத்தை சற்று ஒதுக்கி அங்கேயே இருவரும் அமர்ந்தனர்.

சுற்றி நின்ற கூட்டம் யாவும், அவர்களை விட்டு வெகு தூரம் தள்ளிச் செல்லாமல், அவர்களின் செயல்களைக் காணும் அளவிலேயே விலகி அமர்ந்தனர், ஆனால் அதற்கு தேவை இல்லாதது போல ராமச்சந்திரன், சத்தம் போட்டு தனது மைத்துனர் கிருஷ்ணனிடம் புலம்ப ஆரம்பித்தார்.

ரத்தினம், சண்முகம், மோகன் மூவரும், தங்களது சங்கடங்களை மறந்து, ராமச்சந்திரனின் சோகத்தை கேட்க ஆரம்பித்தனர், "இப்புடி ஆகி போச்சே மாப்ள " என்று ராமச்சந்திரன் ஆரம்பிக்க, "இப்ப ஏன் தேவை இல்லாம டென்ஷன் ஆகுறீங்க, அதெல்லாம் மாப்பிளைக்கு இன்னும் ரெண்டே நாள்ல பெயில் கெடச்சிடும்," என்று பதிலளித்து, "நீங்கதான் ஸ்ட்ராங்கா இருக்கணும்," என்று தொடர்ந்த கிருஷ்ணனிடம், " என்னத்த ஸ்டராங்கா இருக்க சொல்ற, நியூஸ்ல நம்ம குடும்பத்து பேர கம்ப்ளீட்டா டேமேஜ் பண்ணிட்டாங்க, வெளில தல காட்ட முடியல, மாப்ள " என்று ராமச்சந்திரன் கூற, "மாமா நீங்களே இப்படி இருந்தீங்கனா அக்காவ யோசிச்சுப் பாருங்க, பாவம் ரொம்ப மனசு விட்டுப் போயிரும் மாமா" என்று, கிருஷ்ணன் தெரிவிக்க, தலையை கீழே தொங்கப் போட்டுக் கொண்டு அமர்ந்திருந்த ராமச்சந்திரன், சிறிது நேரத்தில் " இந்த தேவுடியா முண்டைங்களுக்கு எங்க இருந்து இவ்ளோ கொழுப்பு வருது கிருஷ்ணா, என் புருஷன் என்ன அம்மணமா பூட்டி வெச்சிருந்தான்னு வெளில சொல்றானா அவ எப்பேற் பட்ட

பொம்பளையா இருப்பா, தெரியாம பிரகாஷ ஒரு பஜாரிகிட்ட மாட்டி விட்டுட்டேன், " என்று ராமச்சந்திரன் ஆரம்பிக்க, "விடுங்க மாமா, அந்த அனாத நாயி தொலையுது, அவ அப்பனும் மண்டைய போட்டுட்டான், போய் எங்கையாவது சோத்துக்கு சிங்கி அடிக்கட்டும், அப்பத்தான் புருஷன அட்ஜஸ்ட் பண்ணிக்கிட்டு இருக்கணும்னு புரியும், " என்று கிருஷ்ணன் ராமச்சந்திரனை தேற்ற, " ஒரு ஆம்பளைக்கு என்ன தேவையோ அத பொண்டாட்டிகிட்ட தான கேப்பான், இவளுக என்னடானா புதுசா சட்டம் படிச்சிட்டு வந்தவளக மாதிரி ஆடுறாளுக, நீயே யோசிச்சு பாரு ஒருத்தன் சும்மா உன்ன அம்மணமா நிப்பாட்டி பூட்டி வெக்கிறானா, நீ என்ன செஞ்சியோ, அத இந்த உலகம் பேச மாட்டேங்குது, ஒரு பொம்பள ஏதாச்சு சொல்லிட்டானா, போதும் கௌம்பிறானுங்க புரட்சி, மறுமலர்ச்சினு திருட்டு தேவுடியா பசங்க" என்று ராமச்சந்திரன் கூற, "விடுங்க மாமா, நம்ம மாப்ளையை எப்புடி வெளில எடுக்குறதுனு மட்டும் பாப்போம்" என்று கிருஷ்ணன் கூறி திரும்ப, சுற்றி அமர்ந்திருந்த கூட்டம் யாவரும் அவர்கள் இருவரையும் கவனித்துக் கொண்டிருந்ததைப் பார்த்த கிருஷ்ணன், " மாமா இங்க இருந்து கிளம்பலாம் " என்று ராமச்சந்திரனிடம் கூற, அவரும் கிருஷ்ணன் ஏன் கிளம்பச் சொல்லுகிறார் என்பதைப் புரிந்து கொண்டு, கடற்கரையில் இருந்து எழ, தலையில் அடித்துக் கொண்ட சண்முகம் தான் கையில் வைத்திருந்த ஒரு வார இதழை எடுத்து அட்டைப் படத்தைப் பார்க்க, ஈரானில் ஹிஜாப் அணிய மறுப்பு தெரிவித்து பெண்கள் போராடுவது செய்தியாக இருந்தது.

கூட்டம் கம்மியாக இருந்த அந்த பகுதி மேலும் இருட்ட ஆரம்பிக்க, சுற்றி இருப்பவர்களோடு ஒப்பிடும் போது தனது பிரச்சனை சற்று குறைவுதான் என்று எண்ணி, சிறிது ஆறுதலுடன் எழுந்த ரத்தினம், தனது பிரச்னைக்கு என்னதான் காரணம் என்று சிந்தித்து கடலில் கால் நனைக்கச் செல்ல, அங்கே நின்றிருந்த ஒரு பழைய படகின் மறைவில் மலம் கழித்துக் கொண்டிருந்த இரண்டு சிறுவர்களில் ஒருவன் தனது கைபேசியை எடுத்து “டேய் ரொம்ப இருட்டுச்சுனா நண்டா திரியும் அப்பறம் கக்கூஸ் போக முடியாது சீக்கிரம் வா என்று இன்னொருவனை அழைக்க, " டேய் ஏண்டா இப்படி பீச்ச நாறடிக்கிறீங்க, என்று ரத்தினம் சற்று சத்தமாக கேட்க, " ஓத்தா, வூட்ல கக்கூஸ் இல்ல " என்று கூறி தங்கள் வேலையைத் தொடர்ந்தனர்.

ரத்தினத்தின் கைபேசியில் ஒரு ஒலியடிக்க, உலகமயமாக்கல் பற்றி ஒரு அரசியல் பிரமுகர் கீச்சு செயலியில் பேசுவது அறிவிப்பாக வந்தது அவரது கைபேசிக்கு. பார்த்து மீண்டும் பேருந்து நிலையம் நோக்கி நடக்கலானார் ரத்தினம்.

10.
என்னைத் தேடி

மூந்திக்கொண்ட பருவமழையால், நீர்நிலைகள் முழுவதுமாய் நிறைந்து, காற்றின் ஈரப்பதத்தை மேலும் குளிரூட்டிக் கொண்டிருக்க, மார்கழி மாதம் முந்திக் கொண்டது போல, அடைமழை பெய்யும் ஐப்பசியில், கடும் குளிரும் சேர்ந்து வாட்டியது கொடைக்கானலில். இரவு நேர சராசரியாக பனிரெண்டு டிகிரி அளவாக இருக்கும் வெப்பநிலை, இந்த வருடம் ஐப்பசியின் இறுதியிலேயே ஆறு டிகிரியாக பதிவாகத் தொடங்கியது.

எவ்வளவு குளிராக இருந்தாலும் குளிருக்கு ஒரு சுற்று பிராந்தியை மட்டும் குடித்து விட்டு, வேறு எதுவும் போர்த்திக் கொள்ளாமல் நடப்பது தான் சந்திரசேகரனின் வழக்கம். கொடைக்கானல் அருகில் உள்ள தாண்டிக்குடியில், தனக்கு சொந்தமான ஒரு பண்ணையில் தனியாக வசித்து வந்தார் சந்திரசேகர்.

அந்தப் பண்ணையில் கேரட், முட்டைகோஸ், மற்றும் உருளைக்கிழங்கு வர்த்தக நோக்கிலும், ஏனைய காய்கறிகள், மற்றும் கீரை வகைகள், தனது பண்ணையில் பணிபுரியும் பணியாளர்களுக்கும், திண்டுக்கல் அருகே தாடிக்கொம்பு என்னும் கிராமத்தில் வசிக்கும் தனது அண்ணன் வீட்டிற்கும் கொடுத்தனுப்புவார் சந்திரசேகர்.

அவர் யாரிடமும் பெரிதாகப் பேசிப் பார்த்திருக்க மாட்டார்கள் ஊர் மக்கள். கொட்டித் தீர்க்க முடியாத சோகத்தை, வெளியேறாமல் பாதுகாத்து வைத்திருந்தது கழுத்தைத் தாண்டி இறங்கியிருந்த வெள்ளை தாடி. முகம் முழுவதும் சோகமும், ரகசியங்களும் புரையோடிக் கிடந்தது. சந்திரசேகரனைத் தேடி அங்கு வரும் ஒரே நபர், அவரது அண்ணன் மகன் கிரிதரன் மட்டுமே.

மற்றபடி சந்திரசேகரன் அங்கு தன்னந்தனியே வசித்துக் கொண்டிருப்பவர். அந்த ஊரிலும், சுற்றி உள்ள மலைக் கிராமங்களில்

யாருக்கேனும் ஏதாவது அவசர உதவி என்றால், உடனே சென்று உதவுபவர், அப்போதும்கூட, என்ன பிரச்னை என்பதைத் தவிர்த்து வேறு எதைப் பற்றியும் வாய் திறக்காதவர்.

இவரது மௌனமும், கழுத்தைத் தாண்டிய தாடியும், அவரை சாமியார் என்று அழைக்க வைத்தது. வாரத்தில் புதன் மற்றும் வியாழன், அடர்ந்த காட்டுப் பகுதியில் சுற்றித் திரியும் அவர், வெள்ளி கிழமைகளில் ராணுவ அங்காடியில் ஏதேனும் ஒரு முழு மதுக் குப்பியை வாங்கி தனது பண்ணைக்கு வந்து விடுவார்.

விமானப் படையில் பணியாற்றிய காரணத்தால் அவருக்கு அந்தச் சலுகை. எப்போதும் ஒரு நீல நிற புட்டியை வாங்கி வீட்டில் வைத்துக் கொள்வார் சந்திரசேகர். அநேக புதன் கிழமைகளில் அவரைப் பண்ணையில் காண்பது கடினம். பரீட்சையின் காரணமாக கிரிதரனும் அங்கு வந்து பதினைந்து நாட்களுக்கு மேல் ஆகி இருந்தது.

அவ்வாறாக ஒரு வெள்ளியன்று, வெளியே சென்று வந்த சந்திரசேகர், சிறிது தடுமாற்றத்துடன் காணப்பட்டார். வழக்கமாக யார் உதவியையும் எதிர்பார்க்காத சந்திரசேகர் அன்று மிக பதட்டமாகவும், யாரேனும் தன் அருகில் இருக்க மாட்டார்களா? என்ற எதிர்பார்ப்போடும் இருந்தது போலத் தோன்றியது, அவரைப் பார்த்தவர்களுக்கு.

வீட்டிற்குள் இருந்து சிறிது தடுமாற்றத்துடன் வெளியே வந்தவர் தோளில் போட்டிருந்த கழுத்துப்பட்டையை விரித்துப் போர்த்திக் கொண்டு, நாற்காலியில் அமர்ந்தார். வேலைகளை முடித்த தொழிலாளர்கள் ஒவ்வொருவராகக் கிளம்ப ஆயத்தமாகினர். இறுதியாக ஆரோக்கியசாமி மட்டும் வந்து, " சார் நா கிளம்புறேன், ஏதாச்சு வேணுமா " என்று கேட்க, எதுவும் பேசாமல் ஆரோக்கியத்தை ஒரு முறை உற்று நோக்கிய சந்திரசேகர், லேசாகக் கலங்கிய முகத்துடன், "உள்ள டேபிள் மேல இருக்க பாட்டில எடுத்துக் கொடுக்குறீங்களா" என்று கேட்க, உடனே உள்ளே சென்று அங்கு வைத்திருந்த பிராந்தி பாட்டிலையும், அருகில் இருந்த கண்ணாடிக் குவளையையும் எடுத்து வந்தான் ஆரோக்கியம்.

வந்தவன் சென்று விடுவானோ என்று சந்திரசேகர் நிமிர்ந்து பார்க்க, ஆரோக்கியம் சந்திரசேகர் அமர்ந்திருந்த இருக்கைக்கு முன்னால் இருந்த மேஜை மீது வைத்து, நின்றான். " உங்களுக்கு பழக்கம் இருக்கா?" என்று சந்திரசேகர் ஆரோக்கியத்திடம் கேட்க, "எப்பவாச்சும் சார்" என்று பதிலளித்த ஆரோக்கியத்திடம், "அப்ப இன்னைக்கு எனக்குக் கொஞ்சம் கம்பெனி கொடுங்களேன் " என்று சந்திரசேகர் கேட்க,

யாரிடமும் பேசாத மனிதர் தன்னை அவருடன் குடிக்கக் கூப்பிடுகிறார் என்ற பெருமிதத்துடன் சென்று அமர்ந்தார் ஆரோக்கியம்.

ஒரு சுற்று பிராந்தியை சுவைத்ததும், சிறிது தடுமாற்றத்துடன் எழுந்த சந்திரசேகர், மெதுவாக உள்ளே செல்ல முயன்றார், ஆனால் இன்னொருவரின் கைப்பிடி அவருக்குத் தேவைப்பட்டது. "சார் என்ன வேணும்னு சொல்லுங்க நா எடுத்துட்டு வரேன் " என்று ஆரோக்கியம் கூற, " இல்ல வேண்டாம்" என்று உள்ளே சென்றவரால் தனியாக நடக்க இயலவில்லை.

தானாகவே உதவிக்கு வந்து அவரைத் தாங்கி கூட்டிச் சென்றான் ஆரோக்கியம். உள்ளே சென்றதும், ஆரோக்கியத்தை அங்கேயே இருக்கச் சொல்லி, சுவற்றைப் பிடித்துக் கொண்டே உள்ளே சென்றார். வெகு தூரம் உள்ளே செல்ல முடியாமல் மீண்டும் ஆரோக்கியத்தை நோக்கி வந்தவர், ஒரு பூட்டியிருந்த பரணைக் காண்பித்து, " இந்தப் பரண் மேல ஒரு போட்டோ இருக்கு அத எடுத்துத் தர முடியுமா" என்றார் பட்டென மேலே ஏறிய ஆரோக்கியத்திடம், ஒரு பாதி உடைந்த கம்பியை தனது உள்ளாடை பையில் இருந்து எடுத்துக் கொடுத்தார் சந்திரசேகர், அந்த கம்பி பார்ப்பதற்கு ஒரு சிறு கத்தியைப் போன்று காட்சியளித்தது.

கையில் அதை வாங்கிய ஆரோக்கியம், அந்தக் கருவி எதற்கு என்று குழம்பிய நொடியில், பரணை மூடியிருந்த சட்டத்தைக் காட்டி அதில் தொங்கிக் கொண்டிருக்கும் வளையத்தை இடதுபுறமாக சுற்றச் சொன்னார் சந்திரசேகர். அது வெளியே வருவது போல் தோன்றவில்லை, முன்பக்கத்தை அழுத்திச் சுற்றுங்கள் என்று ஆரோக்கியத்திடம் கூறினார் சந்திரசேகர்.

சராசரியாக ஒரு இருபது சுற்றுக்கு மேல் அந்த வளையம் தொங்கிக் கொண்டிருந்த இடத்தில் சிறு பிரிவு தெரிந்தது, அதில் ஆரோக்கியம் கையில் கொடுத்த சிறு கம்பி போலவே மேலும் ஒரு கம்பி இருந்தது. அதைக் கையில் எடுத்த ஆரோக்கியத்திடம், ரெண்டையும் கீழ்ப் பக்கமாக வெட்டி இருந்த பாகம் வழியாக இணைக்கச் சொன்னார் சந்திரசேகர், கீழ்ப் பாகம் இரண்டையும் அருகில் கொண்டுவர, எதிர் துருவ காந்தம் போல ஒட்டிக்கொண்டது இரண்டு கம்பிகளும், கத்தி போல இருந்த அந்த கம்பியின் மேல் பகுதி, இணைந்த பிறகு ஒரு சாவியைப் போறுற காட்சி தந்தது. "கீழ வாங்க" என்று சந்திரசேகர் ஆரோக்கியத்திடம் சொல்ல, ஏறிய கோகாலியில் இருந்து கீழிறங்கினான் ஆரோக்கியம்.

அந்த சாவியுடன் மீண்டும் ஆரோக்கியத்தை உள்ளே இருந்த மேலும் ஒரு அறைக்கு கூட்டிச் செல்ல, அங்கே ஒரு ஆளுயரக் கண்ணாடி, சுவற்றில் பதிக்கப்பட்டிருந்தது. அந்தக் கண்ணாடியின் நடுவில் சந்திரசேகர் கையை வைத்து அழுத்த அக்கண்ணாடியின் நடுப்பாகம் லேசாக உள்ளே சென்றது, அதனுள் இருந்த ஒரு கைப்பிடி கண்ணுக்கு தென்பட அதை இழுத்தார் சந்திரசேகர். சுவரில் இருந்த கண்ணாடி மொத்தமாக இடது புறமாகத் திரும்ப சுவற்றில் ஒரு பெரிய கதவு பொதிந்திருந்தது.

ஆரோக்கியம் எடுத்துக் கொடுத்த சாவியை வைத்து அந்தக் கதவை திறந்தார் சந்திரசேகர். அது ஒரு இருட்டறை. உள்ளே சென்றவர், கதவுக்குப் பின்னால் இருந்த சுவிட்சைத் தட்ட, ஒரே ஒரு விளக்கு மட்டும் அந்த அறையை ஒளியூட்டியது.

சுற்றியும் வெறும் கோப்புகளாகவும், புகைப்படங்களாகவும், குப்பையாய்க் கிடந்த அந்த அறையினுள் உள்ளே சென்ற சந்திரசேகர் ஒரு மர அடுக்ககத்தின் மேலே, தூசு படிந்திருந்த ஒரு சணல் பையை கையில் எடுத்தார். ஆரோக்கியத்துக்கு லேசாக இருமல் வர கிளம்பியது. அந்த சணல் பையுடன் மீண்டும் அந்தக் கதவை சாத்தி விட்டு அதே வரிசையில் அனைத்தையும் பூட்டிவிட்டு, மீண்டும் இருவரும் வந்து இருக்கையில் அமர்ந்தனர்.

சணல் பையை தனது மார்போடு அணைத்து வைத்திருந்தார் சந்திரசேகர். வெளியே வந்து அமர்ந்ததும் லேசாக அவரது கண்களில் நீர் சுரந்தது, "சார் நா வேணா கிரிக்கு போன் பண்ணவா" என்று ஆரோக்கியம் கேட்க, நிராகரித்த சந்திரசேகர், "உங்க வீட்ல தேடப் போறாங்க, நீங்க கிளம்புங்க" என்றார், "இல்லைங்க சார் அவுங்க அம்மா வீட்டுக்கு போயிருக்காங்க" என்றான் ஆரோக்கியம். "அப்படியா" என்றவரிடம் "ரெண்டு நாளைக்கு முன்ன வந்து லீவு சொல்லிட்டுப் போனோமே சார் " என்றான் ஆரோக்கியம். " ஆமா மறந்துட்டேன் " என்றவரிடம், " நீங்க இல்லாட்டி, எங்க கல்யாணமே நடந்திருக்காது சார், எனக்குக் கல்யாணம் பண்ணி வெச்சு, உங்க பண்ணைலயே வேலையும் கொடுத்திருக்கீங்க, இல்லாட்டி என் வாழ்க்கைலாம் ரொம்ப கேவலமா இருந்திருக்கும் சார் " என்று கூறிய ஆரோக்கியத்தை, நிமிர்ந்து பார்த்தவர், " எல்லாம் அப்பப்ப மறந்து போயிடுதுங்க, எப்பையுமே எதோ மறந்த மாதிரி இருக்கு, அத யோசிச்சு யோசிச்சுதான் இன்னைக்கு ஒரு மாதிரி படபடப்பா

வந்துருச்சு " என்று கூறிய சந்திரசேகர், தனது கையில் வைத்திருந்த பையில் இருந்து ஒரு புகைப்படத்தை வெளியே எடுத்தார்.

அது ஒரு கருப்பு வெள்ளை புகைப்படம். சிரித்த முகத்துடன், மாசுகளற்ற கரு வானத்தை அழுத்திப் பிடித்திருக்கும் நிலாவை போல, களங்கமில்லாத நீள்வட்ட நிலவை ஒத்திருந்தது அந்த புகைப்படத்தில் இருந்த அந்த முகம்.

கவலைகளற்ற ஒரு சிரிப்புக்கு உவமை கூறுவது போல இருந்தது அந்தப் பெண்ணின் முகம். இடது கையில் அந்த புகைப்படத்தைத் தாங்கி பிடித்திருந்த சந்திரசேகர், வலது கையால் அந்தப் புகைப்படத்தில் இருந்த பெண்ணின் மூக்கை கட்டை விரலால் வருடி "ஆப்கி நாக் தேஸ் சாக்கோ கி தரேக் தினக் ரஹி ஹே" (அவளது நாசி தனது கையை கூரான கத்தி போல குத்துகிறது) என்று உருது மொழியில் கூற, அது எந்த மொழி என்று அறிந்து கொள்ள முடியாத ஆரோக்கியம். "சார்" என்று குழம்பியவாறு அவரைக் கூப்பிட, கலங்கிய கண்களோடு ஆரோக்கியத்தை நிமிர்ந்து பார்த்தார் சந்திரசேகர்.

எப்போதும் ஒரு வார்த்தை கூட பேசாத மனிதர் கண் கலங்கியதைப் பார்த்த ஆரோக்கியம், " சார் என்ன ஆச்சு சார்? " என்று சந்திரசேகரிடம் கேட்க, கண்களில் கலங்கி நின்ற நீர் உடைத்துக் கொண்டு வெளியேற முந்தியது. விரைந்து தனது கழுத்துப் பட்டையில் கண்ணீரைத் துடைத்து, ஊற்றி வைத்திருந்த பிராந்தியை மேலும் ஒரு சுற்று ஒரே மூச்சில் குடித்துக் கீழே வைத்தார் சந்திரசேகர்.

அங்கே என்ன செய்வதென்று தெரியாமல் சிறிது நேரம் நின்ற ஆரோக்கியம், " சார் " என்று கூப்பிட, " ஒண்ணுமில்ல தம்பி நீங்க கிளம்புங்க " என்று சந்திரசேகர் ஆரோக்கியத்திடம் கூற, " சார் இப்படியே உங்கள தனியா விட்டுட்டு எப்படி சார் "என்று கூறி," அவுங்க யார் சார், உங்களுக்கு கல்யாணம் ஆகலைனு கேள்வி பட்டேன், அவுங்கள நீங்க லவ் பண்ணீங்களா, எதுனாலும் நமக்குள்ளேயே வெச்சிக்குட்டோம்னா நம்மள அது ரொம்ப அழுத்தும்னு, என் வைப் சொல்லுவா சார், படிச்சு முடிச்சுட்டு வேலை தேடிட்டு இருந்தேன் எதுவும் கிடைக்கல, கொஞ்சம் கொஞ்சமா இது தப்புன்னு உணர முடியாத அளவுக்கு, ஆமை கடத்துறது, டூப்ளிகேட் பாஸ்போர்ட் ரெடி பண்றதுனு எல்லா மாதிரி இல்லீகல் வேலைங்களும் செய்ய ஆரம்பிச்சுட்டேன். அப்பத் தான் எனக்கு ஜூலி அறிமுகமானா, அவளோட பேச்சுதான் சார் என்ன கொஞ்சம் கொஞ்சமா அந்த வேலைங்கள விட வெச்சுச்சு. நாங்க பழக ஆரம்பிச்ச புதுசுல என்னோட இல்லீகல் ஆக்டிவிடிஸ்

பத்திலாம் அவளுக்கு ஒண்ணுமே தெரியாது சார், நானும் எங்க இதெல்லாம் தெரிஞ்சா என்ன விட்டுட்டுப் போயிடுவாளோனு அவகிட்ட இருந்து மறைச்சிட்டேன், ஆனா என்னால ரொம்ப நாள் அத மனசுக்குள்ள வெச்சிக்கிட்டு போராட முடியல, அவகூட போகும் பொது அந்த லைன்ல யாராச்சு பார்த்தா ரொம்ப பதட்டம் ஆயிடுவேன் சார், ஒரு கட்டத்துல அவ நா எதையோ மறைக்கிறேன்னு தெரிஞ்சிகிட்டா, அப்ப என்னட்ட அவ சொன்னது ஒண்ணுதான், ஒரு விஷயத்தை நமக்குளேயே வெச்சிகிட்டோம்னா அது நமக்கு ரொம்ப அழுத்தம் கொடுக்கும்னு சொன்னா, அடுத்த நாள் அவ என்ன விட்டுட்டு போனாலும் பரவாலைனு ஜூலிகிட்ட எல்லாத்தையும் சொல்லிட்டேன், அவளும் என்ன முழுசா நம்ப ஆரம்பிச்சிட்டா, எனக்கும் அவளுக்கும் நடுவுல இருந்த புரிதல் இன்னும் அதிகமா ஆகிடுச்சு " என்று ஒரே மூச்சில் ஆரோக்கியம் கூறி முடிக்க,

ஆரோக்கியத்தை ஏதோ சிந்தனையோடு பார்த்த சந்திரசேகர், மெல்ல தான் அமர்ந்திருந்த சாய்வான நாற்காலியில் சாய்ந்து அமர்ந்து "என் கதை அப்படிலாம் இல்லைங்க தம்பி" என்று கூறி, தனது கடந்தகால வாழ்க்கையை மெல்ல நினைத்து, ஆரோக்கியத்திடம் சொல்ல ஆரம்பித்தார். அவரது கடந்த காலத்தை சந்திரசேகர் கூற ஆரம்பித்து அவர் விமானப்படையில் வேலைக்குச் சேர்ந்த தருணத்தை சொல்வதற்குள், ஆரோக்கியத்தின் கைபேசிக்கு அழைப்பு வர, தேவையற்ற அழைப்பு என்பது போல அந்த அழைப்பைத் துண்டித்தான் ஆரோக்கியம்.

அழைப்பைத் துண்டித்து மீண்டும் சந்திரசேகரைக் கவனித்த ஆரோக்கியத்திடம், " என் பாஸ்ட்ல இந்த மொபைல் போனெல்லாம் இல்ல, அதுனாலயே அந்த காலத்து நெனப்புகள மறக்குறது ரொம்ப கஷ்டம், " என்று சந்திரசேகர் கூற விரைந்து தனது கைபேசியை அணைத்து விட்டு கீழே வைத்தான் ஆரோக்கியம்.

கையில் வைத்திருந்த பிராந்தியை, ஒரே மூச்சில் குடித்து விட்டு கீழே வைத்த சந்திரசேகர், சாய்ந்து இருக்கையில் அமர, காலச்சக்கரம் பின்னால் நகர்ந்து 92ஆம் ஆண்டு ஜூன் மாதம் 10ஆம் தேதி சென்று நின்றது.

டெல்லி விமானப்படை பிரிவின், அலுவலக பயிற்சி வகுப்புகளுக்குப் புதிதாகப் பணியில் அமர்ந்தவர்கள் வெவ்வேறு ஊர்களில் இருந்து, தலைநகரத்தில் குவிந்திருந்தனர். அது பதவி உயர்வு பெறும் அதிகாரிகளுக்கான பயிற்சி வகுப்பு, அந்த வகுப்பில்

தள அதிகாரியாக பதவி உயர்வு பெற்றிருந்த, சந்திரசேகரும் கலந்து கொண்டிருந்தார். அந்த வகுப்பில் சந்திரசேகருக்கு, புலனாய்வு, மற்றும் உளவுத்துறை சம்பந்தமான கருவிகள் கையாளுதல் வகுப்பை பஞ்சாப் மாநிலத்தை சேர்ந்த சஞ்சீவ் எடுக்க, சந்திரசேகருக்கும், சஞ்சீவுக்கும் நல்ல நெருக்கம் ஏற்பட்டது.

சந்திரசேகரின் சமயோஜித புத்தி, பேச்சு சாதுர்யம் ஆகியவற்றால் சஞ்சீவைக் கவர்ந்தன. சஞ்சீவ் தலைமையில் பாகிஸ்தானுக்குள் உளவு பார்ப்பதற்கு ஏற்கனவே ஏழு பேர் சென்றிருந்தனர். அவர்களில் மூவர் மட்டுமே அப்போது பாகிஸ்தானில் இருந்தனர். சஞ்சீவுக்கு பாகிஸ்தான் செல்ல ஒரு நம்பிக்கையான, துணிச்சலான, மற்றும் பேச்சு திறமை கொண்ட வாலிபர் தேவைப்பட்டார்.

சந்திரசேகர் அந்த வேலைக்கு மிக கச்சிதமாக பொருந்தி வரவே சஞ்சீவ் சந்திரசேகரிடம் தன் எண்ணத்தைக் கூற, உளவு பார்க்க செல்வதில் உள்ள அனைத்து சிரமங்களையும் அறிந்திருந்த சந்திரசேகர், என்ன பதில் கூறுவது என்று தெரியாமல் அமர்ந்திருக்க, சஞ்சீவ் மேலும் அவரிடம் பேச, தீவிர யோசனைக்குப் பிறகு சந்திரசேகரும் பாகிஸ்தான் செல்ல சம்மதித்து, சஞ்சீவிடம் தனது விருப்பத்தைத் தெரிவித்தார்.

மிகுந்த மகிழ்ச்சியுடன், சந்திரசேகருக்கான பயிற்சிகள் ஆரம்பமாகின. விமானப்படையில் விருப்ப ஓய்வு கொடுக்க வேண்டும் என்ற அறிவுறுத்தலின் படி, சந்திரசேகர் விமானப்படையில் விருப்ப ஓய்வு கொடுத்து, அங்கிருந்து ரா அமைப்பின் நேரடி ஆட்சேர்ப்பு கொள்கையின் கீழ், பணியில் அமர்ந்தார்.

தனது குடும்பத்தினரிடம் இத்தகவல் தெரிவிக்கப்படக் கூடாது என்ற கட்டளைக்கிணங்கி யாரிடமும், எதுவும் கூறாமல், டெல்லியில் தனக்கான பயிற்சியை மேற்கொண்டார் சந்திரசேகர். ஏற்கெனவே ஐந்து வருடங்கள் விமானப்படையின் அனுபவம் உள்ளதால், சந்திரசேகர் விரைவாகத் தயாரானார். பதினெட்டு மாதங்கள் தீவிரப் பயிற்சிக்குப் பிறகு நீண்ட விடுப்பில் செல்வது போல தனது இல்லம் சென்றார் சந்திரசேகர்.

ஆறு மாத காலம் குடும்பத்துடன் செலவழித்து, சஞ்சீவின் அழைப்பிற்காகக் காத்திருந்தார் அவர். சரியாக ஆறு மாதம் முடிந்திருந்த தருணம், சந்திரசேகரை அழைத்தார் சஞ்சீவ் மீண்டும் தன் குடும்பத்தை பார்க்க முடியுமா என்று கூட தெரியாமல், அன்று இரவு விடுப்பு முடிந்து மீண்டும் பணியில் சேருவது போல கிளம்பினார் சந்திரசேகர்.

டெல்லி சென்று சேர்ந்த சந்திரசேகரன் கையில் உமர் அக்ரம் என்ற பெயரில் ஒரு ஈரானிய பாஸ்போர்ட் மற்றும், அங்கு செல்வதற்கான விமான பயணச்சீட்டு, மற்றும் உமர் அக்ரமைப் பற்றிய அனைத்து விவரங்கள் அடங்கிய குறிப்புகளும் அதில் இருந்தது. உமர் அக்ரம் மூன்று வருடங்கள் முன்பு இந்தியா வந்திருந்த போது ஒரு விபத்தில் இறந்தவர், அவரது அடையாளத்தில் சந்திரசேகர் பொருத்தப்பட்டார்.

ஈரானில் ஒரு ஆடை ஏற்றுமதி செய்யும் தொழிற்சாலையில் சந்திரசேகர் சேர வேண்டும் என்பதே அவரது முதல் வேலை. ஈரானில் அதைச் செய்ய அங்கு இருக்கும் வேறு ஒரு உளவாளி சந்திரசேகருக்கு உதவுவார். அதன் பின் எவ்வளவு சீக்கிரம் முடியுமோ, அவ்வளவு விரைவாக சந்திரசேகர் பாக்கிஸ்தான் செல்ல வேண்டும் என்பதே அவருக்குக் கொடுக்கப்பட்ட பணிகள்.

95ஆம் வருடம் ஏப்ரல் மாதம் ஒன்பதாம் நாள் ஈரான் கிளம்பினார் சந்திரசேகர். "சபேத் கபூத்தர்" என்ற குறியீட்டுப் பெயருடன் ஈரான் சென்றார் சந்திரசேகர். ஈரானில் எந்த பிரச்னையும் இன்றி மிக சுலபமாக பணியில் அமர்ந்தார் சந்திரசேகர். அந்த ஏற்றுமதி நிறுவனத்தில் ஆடை வடிவமைக்கும் துறையில் பணியில் அமர்ந்தார் சந்திரசேகர்.

அவருக்கு இந்தியாவிலேயே அதற்கான பயிற்சிகள் கொடுக்கப் பட்டன. அந்நிறுவனம் பாகிஸ்தானில் உள்ள பலோசிஸ்தான் நகரை தலைமையிடமாகக் கொண்டது. ஈரானில் இருப்பது ஒரு மிக முக்கிய தொழிற்சாலை, அந்தத் தொழிற்சாலையில் பணியாற்றுபவர்களில் திறமையான பணியாளர்கள் தலைமை அலுவலகத்தில் மூன்று மாதத்திற்கு ஒருமுறை நடக்கும். பயிற்சிக்கு அனுப்பப்படுவர். ஒரு சிலரை நிரந்தரமாக தலைமை அலுவலகத்திலேயே பணியில் அமர்த்துவது அந்த நிறுவனத்தின் செயல்முறை.

அவ்வாறு சிறப்பான ஊழியர் என்ற பெயரை எப்படியாவது எடுக்க வேண்டும் என்பதே, சந்திரசேகர் செய்ய வேண்டிய முதல் வேலை. அப்படி சிறந்த பணியாளர் என்று அவர் தேர்ந்தெடுக்கப்பட்டால், எந்த சிரமமும் இன்றி சந்திரசேகர் பாகிஸ்தானுக்குள் சென்று விடலாம்.

ஆகவே அவர் சிறந்த ஊழியராக என்னென்ன தகுதிகள் தேவையோ அவைகள் அனைத்திற்கும் அவர் இந்தியாவிலேயே பயிற்சி மேற்கொண்டிருந்தார், ஆரம்பத்தில் அவர் ஆடைகள் வடிவமைக்கும் துறையில் பணியில் அமர்த்தப்பட்டார், அதில் தனக்கு கிடைத்த வாய்ப்புகளை நன்றாகப் பயன்படுத்திக் கொண்டு, அந்தத் துறையில்

சிறப்பான பங்களிப்புக்கான மாதாந்திர பணியாளர்கள் பட்டியலில் தொடர்ந்து இடம்பிடிக்க ஆரம்பித்தார் அதன் பலனாக உமர் அக்ரமாக மாறியிருந்த சந்திரசேகருக்கு ஆறே மாதத்தில் பாகிஸ்தானில் இருந்த தலைமை அலுவலகம் செல்லும் வாய்ப்பு கிடைத்தது. மூன்று மாத பயிற்சிக்காக பாகிஸ்தான் சென்று சேர்ந்தார் சந்திரசேகர்.

பாகிஸ்தானில் இறங்கியவுடன், பாகிஸ்தானில் உள்ள தொழிற்சாலையில் எங்கு யாரை சந்திக்க வேண்டும் என்ற செய்தி யாவும் சந்திரசேகருக்கு, மசூத் மூலம் தெரிவிக்கப்பட்டது. ஈரானில் கடைசியாக சந்திரசேகரை சந்தித்த மசூத், "அங்க உள்ள போய்ட்டோன மார்னிங் ஷிப்ட் செக்யூரிட்டி, மன்சூர பாத்து, சிடியா சமூஹ, மே கபூத்தர்" என்று சொல்லி அறிமுகப்படுத்திக் கொள்ளுமாறு சந்திரசேகருக்கு தகவல் தெரிவித்து, அங்கிருந்து மறைந்து சென்றார்.

எத்தடைகளும் இன்றி பாக்கிஸ்தான் வந்து இறங்கினார் சந்திரசேகர். வாகனம் மூலம் ஈரானில் இருந்து வந்த ஊழியர்கள் அனைவரையும் தொழிற்சாலைக்கு அருகில் இருந்த குடியிருப்புக்கு அழைத்துச் சென்றனர். குடியிருப்புக்குள் சந்திரசேகருக்கு தனி அறை ஒதுக்கப்பட்டிருந்தது. அங்கு தனது சாமான்களை வைத்துவிட்டு, அருகில் இருப்பவர்களிடம் மசூதி எங்க இருக்கென்று கேட்டு, வேகமாக தொழுகைக்குச் சென்றார்.

சந்திரசேகர் அசலாக ஒரு தேர்ந்த இஸ்லாமியரைப் போல தனது வாழ்க்கை முறையை மாற்றிக் கொண்டார். மசூத் கூறியதைப் போல, அடுத்த நாள் காலை (முதல் நாள் பயிற்சிக்கு) சென்ற சந்திரசேகர், காலையில் இருந்த காவலாளி அருகில் சென்று " சிடியா சமூஹ, மே கபூத்தர்" என்று கூற, குனிந்து வருகைப் பதிவை நிரப்பி கொண்டிருந்த மன்சூர், "சுவாகத், அப்னே பங்க்ஹ் சுரக்ஷித் ராஹீ, கியாரா கண்டா மீ கேன்டீன் மே மில்தே ஹை" என்று எச்சரித்து உள்ளே அனுப்பினார்.

மன்சூர் தெரிவித்தது போல பதினோரு மணியளவில் உணவுக் கூடத்தில், சந்திரசேகரை சந்தித்தார். அப்போது அங்கு இருப்பவர்களைப் பற்றியும், அங்கு இருக்கும் துறைகளைப் பற்றியும், மன்சூர் வேகமாக தெரிவிக்க, அந்தத் தொழிற்சாலையில் இருந்து பாகிஸ்தான் ராணுவத்திற்கு சீருடைகள் செல்வதைக் கூறி, அதில் மட்டும் எப்படியாவது சேர்ந்து விட்டால் வேலை சுலபம் என்று சந்திரசேகரிடம் தெரிவிக்க, அங்கிருந்து கிளம்பினார் சந்திரசேகர்.

அடுத்த பதினைந்து நாட்கள் பயிற்சியில் வேகமாக ஓட, டெல்லியில் இருக்கும் சஞ்சீவுக்கு அவ்வப்போது தகவல் அனுப்பி

வந்தார் சந்திரசேகர். பாகிஸ்தான் ராணுவத்தில் எப்படியாவது ஊடுருவுவதே அவருக்கு இருந்த தலையாய எண்ணம். நேரம் கிடைக்கும் போதெல்லாம் ராணுவச் சீருடைகள் வடிவமைக்கும் துறையினர் பற்றி தெரிந்து கொண்டார்.

பதினைந்து நாட்கள் பயிற்சி முடிந்த கையோடு, உமர் அக்ரம் என்ற பெயரை டீ ஷர்ட் வடிவமைக்கும்ப் பிரிவிற்கு பணியமர்த்தினர். பொதுவாக ராணுவ சீருடை தயாரிப்பு பணியில் தெரியாதோர் மற்றும் வெளியூர்க் காரர்களை நியமிப்பது கிடையாது, ஆதலால் டீ ஷர்ட் தயாரிப்பு பிரிவு மேலாளர், ஷேக் அப்துல்லாவுக்கு கீழ் பணியில் இணைந்தார் சந்திரசேகர்.

சேர்ந்த முதல் வாரத்திலேயே அப்துல்லாவின் மனதில் நல்ல இடம் பிடித்துக் கொண்டார் சந்திரசேகர். அங்கிருப்போரிடம் சந்திரசேகர் ஒரு தீவிரமான மத பற்றாளர் போல நடந்து கொண்டார்.

ஏறத்தாழ சந்திரசேகர், அங்கு நிரந்தரமாக்கப்படுவது உறுதியானது, மூன்று மாதங்கள் உருண்டோடின, இறுதியாக வந்திருந்த குழுவில் ஐவர் பலோசிஸ்தானில் நிரந்தரம் ஆக்கப்பட்டனர். அதில் உமர் அக்ரம் என்ற பெயரும் இருந்தது. ஒரு வழியாக பாகிஸ்தானில் எந்த சலனமும் இன்றி சுற்றித் திரிய ஆரம்பித்தார் சந்திரசேகர்.

அடுத்தகட்ட நகர்வாக, ராணுவச் சீருடை தயாரிக்கும் துறையில் இடம் பிடிக்க வேண்டும் என்பதே அவரது ஒரே குறியாக இருந்தது. அதன் தலைவர் ஹசன் புக்காரியைப் பற்றி அனைத்தையும் சேகரித்து வைத்திருந்தார் சந்திரசேகர். ஹசனுக்கு ஒரு மகள், ஒரு மகன். மகள் நஃபீசா ஹசனின் செல்லப் பிள்ளை, ஹசனின் மகன் மாலிக் ஒரு குடிகாரன், பல போதைப் பழக்கத்திற்கு அடிமையானவன். நஃபீசா அல்லது மாலிக் மூலம் ஹசனைச் சேர்வது என்று முடிவெடுத்தார் சந்திரசேகர்.

நஃபீசா, மாலிக் இருவரும் அதே துறையில் தந்தைக்குக் கீழ் பணி செய்தனர். அந்த தொழிற்சாலையினுள் போதைப் பொருள் புழங்கக் கூடாது என்று விதிமுறை பின்பற்றி வருவது தெரிந்து, ஆப்கானிஸ்தான் எல்லைப் பகுதியில் புழக்கத்தில் இருந்த சில்க் என்ற பொடி வகையான போதை வஸ்துவை அந்த தொழிற்சாலையில் மன்சூரின் உதவியுடன் பரப்பினார் சந்திரசேகர்.

அவர் நினைத்தது போலவே மாலிக் அந்த வலையில் வந்து வீழ்ந்தான், அதன் மூலம் மாலிக்குடன் நட்பாகப் பழகி ஹசனை

அணுகுவதே சந்திரசேகரின் திட்டம், அவ்வாறாக ஒரு மதிய பொழுதில் ஹசனின் அலுவலகம் வழியாக நோட்டம் விட்டபடி நடந்து கொண்டிருந்த சந்திரசேகர் மூக்கில், ஒரு வகையான புகை வாசனை அடிக்க, அது சில்க் புகைத்தால் வரும் வாடை என்பதை அறிந்திருந்த சந்திரசேகர், அவரது குழுவில் இருக்கும் மேலாளர் அப்துல்லாவிடம் கூற, அவர் அத்துறையின் உள்ளே சென்று மாலிக்கை கையும் களவுமாகப் பிடித்தார், ஆத்திரம் அடைந்த மாலிக் அப்துல்லாவைத் தாக்க ஆரம்பித்தான், வேறு வழியில்லாமல் சந்திரசேகர் மாலிக்கை பதிலுக்கு தாக்க, அங்கு அப்துல்லாவுக்கு ஆதரவாகக் கூட்டம் சேர்ந்தது.

சந்திரசேகர் பிடியில் இருந்து மாலிக் தப்பி ஓட ஆரம்பித்தான், மாலிக்கின் நண்பர்கள் சந்திரசேகரை கட்டையால் தாக்க முயன்றனர், அவர்களை ஒற்றை ஆளாக சமாளித்த சந்திரசேகர், மாலிக்கை விரட்டிப் பிடித்து, மாலிக் அணிந்திருந்த பைஜாமாவின் காலரைப் பற்றி நிற்க பின்னால் இருந்து கட்டையை எறிந்தான் மாலிக்கின் நண்பன் ஒருவன்.

அந்த அடியை சமாளித்து, மாலிக்கின் நண்பனை முறைத்துப் பார்த்தபடி மாலிக் இருக்கும் திசை நோக்கி அவனை அறைவது போல் கையைக் கொண்டு வர ' பளார் ' என்று விழுந்தது ஒரு அறை, அடி விழுந்த அடுத்த கணமே தெரிந்தது அது மாலிக்கின் மேல் படவில்லை என்று, யார் மீது அடி விழுந்தது என்று சுதாரித்து சந்திரசேகர் திரும்பும் பொழுது அவரது கண்களில் பட்டது ஒரு கன்னம் சிவந்த வெண்பனி மலர்.

கண்களில் நீர் முட்டிக் கொண்டு நிற்க, தனது தெளிவான மேனியில், சந்திரசேகரின் நீளமான இரண்டு விரல்களின் முத்திரையை இளஞ்சிவப்பு நிறத்தில் தாங்கி நின்றாள் நஃபீசா.

அடுத்த நொடி நஃபீசாவை சூழ்ந்து நின்றனர் அவளது அக்கம் பக்கத்தினர், அந்த இடத்தில் இருந்து மாலிக் மாயமாய் மறைந்தான், கூட்டம் பெரிதாவதற்குள் அங்கே வந்தார் ஷேக் அப்துல்லா. தனது தோழிகள் சூழ்ந்து நிற்க, அவர்களுக்கு நடுவே இருந்த மெல்லிய இடைவெளியில் கலங்கிய கண்களுடன் சந்திரசேகரைப் பார்த்து நின்றாள் நஃபீசா.

அதே இடைவெளி வழியே நஃபீசாவை வைத்த கண் வாங்காமல் பார்த்துக் கொண்டிருந்தார் சந்திரசேகர். நஃபீசாவின் பார்வையில் இருந்து சந்திரசேகரால் தப்ப முடியவில்லை, அவளது கூரான கத்தி மூக்கு, சந்திரசேகரை பார்க்கப் பார்க்க சிவந்து கொண்டிருந்தது.

அந்த கத்திமுனை மூக்கின் சிவந்த வண்ணம் கோபத்தால் அல்ல என்பதை உணர்த்தியது அவளது பார்வை. அவளை பார்த்துக் கொண்டே அங்கிருந்து பின்னால் நகர்ந்தார் சந்திரசேகர். அவரது தோளில் யாரோ தொடுவதை உணர்ந்த சந்திரசேகர், சுதாரித்து திரும்பிப் பார்க்கையில், அது அப்துல்லாவின் கரங்கள். வேகமாக அப்துல்லாவுடன் அந்த இடத்தில் இருந்து வெளியேறினார், சந்திரசேகர். அந்த நெடிய பாதை முழுவதும் நஃபீசா இருக்கும் திசை நோக்கி திரும்பிப் பார்த்தபடி சென்றார் சந்திரசேகர்.

சிறிது நேரம் கழித்து, அப்துல்லாவின் அலுவலக தொகுதிக்குள் தனது மகளுடன் நுழைந்தார், ரஹீம். உள்ளே வந்தவர் மாலிக்கின் நடவடிக்கைக்காக அப்துல்லாவிடம் மன்னிப்பு கேட்டார். அடுத்ததாக " உமர் " என்று அப்துல்லா அழைக்கும் சத்தம் கேட்க, உள்ளே சென்றார் சந்திரசேகர். அங்கு ரஹீம் மற்றும் நஃபீசா அமர்ந்திருக்க, சிறிது பதற்றமாக காணப்பட்டார் சந்திரசேகர் "குதாஃபிஸ், மாலிக் சார்பா நா மன்னிப்பு கேட்டுக்குறேன், இதோட அவன் இந்தப் பக்கம் வராத மாதிரி நா பாத்துக்குறேன், நீங்களும் அவன மன்னிச்சிடுங்க, " என்று மென்மையாகப் பேசினார் ரஹீம். நஃபீசா மீது அடி விழுந்ததை பற்றி ஒரு வார்த்தை கூட ரஹீம் பேசவில்லை அங்கே நின்று கொண்டிருந்த சந்திரசேகர், " மாலிக்னு நெனச்சுதான் அடிச்சேன் உங்க மேல பட்டிருச்சு சாரி " என்று, நேரடியாக நஃபீசாவிடம் மன்னிப்பு கோரினார். தலையை குனிந்து கொண்டாள் நஃபீசா. அவ்வாறாக நஃபீசாவிடம் முதல் முதலில் பேச ஆரம்பித்தார் சந்திரசேகர்.

சந்திரசேகர் மீது அந்த சம்பவத்துக்குப் பிறகு அனைவருக்கும் மரியாதை பெருகியது. நஃபீசா மனதில் சந்திரசேகர் ஆழமாக இடம் பிடித்துக் கொண்டார். அனுதினம் சந்திரசேகர் இருக்கும் இடம் நோக்கி தனது தோழிகளுடன் எதார்த்தமாக வருவது போல வந்து செல்ல ஆரம்பித்தாள் நஃபீசா.

எப்போது சந்திரசேகரைப் பார்த்தாலும் அவளது உதட்டில் ஒரு லேசான புன்முறுவல் வர ஆரம்பிக்கும், தனது துப்பட்டாவால் அந்த வெட்கப் புன்னகையை மறைத்து ஓடி விடுவாள் நஃபீசா. மாலிக் மூலம் ரஹீம் அருகில் செல்ல நினைத்த சந்திரசேகர், அதை விட சுலபமான வழி தானாய் அவரது கையில் மாட்டியது போல கிடைத்தாள் நஃபீசா.

மெல்ல சந்திரசேகர் நஃபீசாவிடம் தனது உரையாடலைத் துவங்க, வெகு வேகமாக இரண்டாவது உரையாடலிலேயே அது காதல் பரிமாற்றமாக முடிந்தது. சந்திரசேகரை அணு அணுவாக ரசித்து

காதலை வளர்த்தாள் நஃபீசா. தாயை இளவயதில் இழந்த அவளுக்கு சந்திரசேகரின் காதலும், பேச்சுகளும் தேனாய் தித்திக்க, சந்திரசேகர் எதிர்பாராத தருணம், தான் உமரை காதலிப்பதாக ரஹீமிடம் சொல்ல, உமர் மீது பெரும் மரியாதை வைத்திருந்த ரஹீம், அப்துல்லாவிடம் சென்று பேச ஆரம்பித்தார், அங்கு உமர் என்ற பெயரில் அறிமுகமான சந்திரசேகர், தனது தாய் காஷ்மீரி, தந்தை ஈரானி என்றும், போரில் தான் அனாதையாக்கப் பட்டதாகவும் கூறியிருந்தார்.

இந்த தருணத்தை முற்றிலும் எதிர்பாராத சந்திரசேகர், ஆரம்பத்தில் சிறிது அதிர்ந்தாலும், ராணுவ உடை தயாரிக்கும் இடத்தில் நுழைவதற்கு, இதைவிட ஒரு பெரும் வாய்ப்பு கிடைக்காது என்று எண்ணி, தீவிர மனப் போராட்டத்திற்குப் பிறகு நஃபீசாவை நிக்காஹ் செய்து கொள்ள முடிவெடுத்து, அப்துல்லாவிடம் கூற, வெகு சிறப்பாக நடந்தேறியது நஃபீசா, உமரின் நிக்காஹ்.

சந்திரசேகர் மீது எல்லையற்ற காதலை பொழிந்து கொண்டிருந்தாள் நஃபீசா. நஃபீசாவை எப்போது பார்த்தாலும் " ஆப்கி நாக் தேஸ் சாக்கோ கி தரேக் தினக் ரஹி ஹே " என்று கூறி அவளது மூக்கை வருடுவது சந்திரசேகரின் வழக்கம். அவ்வாறு தெரிவிக்கும் ஒவ்வொரு முறையும், வெட்கத்தில் செய்வது அறியாது உறைந்து போவாள் நஃபீசா.

அவர்களது நிக்காஹ் முடிந்த நான்கு மாதங்களில், ராணுவத்திற்கு அனுப்பப்பட்ட உமரின் அலுவல் சேர்ப்பு அங்கீகரிக்கப் பட, தான் நினைத்தது போலவே ரஹீமின் குழுவில் ராணுவ உடை வடிவமைப்புத் துறையில் சேர்ந்தார் உமராக மாறியிருந்த சந்திரசேகர். அடுத்த ஆறு மாதங்களில், ஒரு ஆடை வடிவமைப்பு தொடர்பாக இஸ்லாமாபாத் செல்ல வேண்டிய அணியைப் பொறுப்பேற்று இஸ்லாமாபாத்தில் இருந்த ராணுவ தலைமைத் தளவாடம் சென்று சேர்ந்தார், சந்திரசேகர்.

சந்திரசேகர் இஸ்லாமாபாத் புறப்பட்டுச் சென்ற பொழுது நஃபீசா, சந்திரசேகரின் குழந்தையை வயிற்றில் சுமந்து கொண்டிருந்தாள். இஸ்லாமாபாத் வந்து சேர்ந்த சந்திரசேகருக்கு அடுத்தடுத்த பணிகள் வெகு சுலபமாகின, 2000 தின் ஆரம்பத்தில் எல்லை விரிவாக்கம் தொடர்பாக நடக்கவிருந்த சதித் திட்டம் பாதி மட்டும்த் தெரிந்திருந்த நிலையில், பிடிபட்ட பாக்ஹ் என்ற குறியீட்டுப் பெயருடன் சென்ற உளவாளி, அந்த இடத்திற்கு அனுப்பப்பட்டவர்தான் சந்திரசேகர்.

அந்தப் பணிகளை அங்கு இருந்த ஒரு தலைமை அதிகாரிக்கு சிறு சிறு கடத்தல் வேலை பார்த்துக் கொடுப்பது போல உள்ளே நுழைந்து,

ராணுவ ரகசியங்களைக் கைப்பற்றனார் சந்திரசேகர். அந்தத் தலைமை அதிகாரிக்கு, இந்திய எல்லையில் இருந்தே பொருட்கள் கடத்திக் கொண்டு வந்து சேர்த்தார், அவ்வாறு ஒரு கடத்தலுக்கு வருவது போல, இந்திய எல்லைக்குள் நுழைந்தவர், நேராக காஷ்மீரில் உள்ள ராணுவ சிறையில் சரணடைந்து, தனது கபூத்தர் என்ற கடவுச்சொல்லைக் கூற, அந்தச் சிறைச்சாலைக்கு விரைந்த சஞ்சீவ் சந்திரசேகரை விடுவித்து டெல்லி அழைத்துச் சென்றதாக, தனது கடந்த காலத்தை ஆரோக்கியத்தின் கண் முன்னே ஓட்டி, கதறி துடிதுடித்து அழுதபடி அமர்ந்தார் சந்திரசேகர்.

சந்திரசேகரின் எதிரில் அவரை எப்படி சமாதானம் செய்வது என்று தெரியாமல் உறைந்து நின்றான், ஆரோக்கியம். " எனக்கு வேற வழி தெரியல, ஆனா நா ஏதோ பெருசா சாதிச்ச மாதிரி இருந்துச்சு பலோசிஸ்தான் போய் எறங்குனப்ப, ஆனா நஃபீசாவ நினைக்காம இருக்க முடியல. அன்னைல இருந்து இன்னைக்கு வர நஃபீசாவ நினைக்காம, நா ஒரு நாள் கூட இருந்ததில்ல, ஆனா இப்ப கொஞ்ச நாளா எல்லாமே மறந்துகிட்டு இருக்கு, எனக்கு நஃபீசாவோட முகமும் மறந்து போயிருமோனு ரொம்ப பயமா இருக்கு," என்று கூறி தனது கழுத்துப்பட்டையால் தனது கண்களைத் துடைத்தவர், " என் ஞாபகம் மறையறதுக்குள்ள அவள ஒரு தடவையாவது பாத்துரனும் " என்று கூறி அமர்ந்தார் சந்திரசேகர்.

என்ன சொல்வதென்றே தெரியாமல் அவர் முன் அமர்ந்திருந்தான் ஆரோக்கியம், " சரி நீங்க கிளம்புங்க, உங்கள வேற ரொம்ப நேரம் இருக்க வெச்சுட்டேன் " என்று ஆரோக்கியத்தை அங்கிருந்து கிளப்பிய சந்திரசேகர், " எனக்காக ஒரே ஒரு உதவி, இந்த விஷயத்தை வேற யாருகிட்டயும் சொல்லாதீங்க, உங்க வீட்லயும் சேர்த்துதான், ஒரு ஸ்பை அவனோட எந்த பாஸ்ட்டையும் வெளில சொல்ல மாட்டான்," என்று கூறி ஆரோக்கியத்தை அங்கிருந்து அனுப்பினார் சந்திரசேகர்.

கனத்த மனதுடன் ஆரோக்கியம் தனது இல்லம் வந்து சேர்ந்தான், அவன் அங்கு தனியே இருக்க, அந்தத் தனிமை மீண்டும் மீண்டும் சந்திரசேகரின் கடந்த காலத்தை நினைவுபடுத்தியது.

ஒரு கட்டத்தில் தனது கைபேசியை எடுத்து அதில் தான் மறைத்து வைத்திருந்த இன்னொரு சிம் கார்டை கைபேசியில் போட்டு, ஒரு எண்ணிற்கு அழைக்க " என்ன மாப்ள, குடும்பஸ்தன் ஆனா அப்புறம், ஒரு போன கூட காணோம்" என்று ஒரு குரல் கேட்டது. நேராக விஷயத்துக்கு வந்த ஆரோக்கியம், "எனக்கு ஒரு பாஸ்போர்ட் ரெடி

பண்ணனும் " என்று கூற, "அதுக்கென்ன எந்த நாட்டுக்குப் போகணும்" என்று அந்த குரல் கேட்க, "பாகிஸ்தான்" என்று பதிலளித்தான் ஆரோக்கியம், சிறிது யோசனைக்குப் பிறகு "கொஞ்சம் செலவாகும்" என்று பதில் வரவே, "என்ன செலவு வந்தாலும் பரவால்ல" என்று கூறிய ஆரோக்கியம், வேகமாகக் கிளப்பி மீண்டும் சந்திரசேகரின் இல்லம் சென்று சேர்ந்தான்.

கதவைத் திறந்த சந்திரசேகரிடம், " சார் நா ரெடி பண்றேன் சார், நீங்க கெளம்பி பாகிஸ்தான் போங்க, அவுங்கள பாத்து உங்களுக்கு என்ன பேசணும்னு தோணுதோ பேசுங்க " என்று கூற முகம் நிறைந்த காதலுடன், " இதெல்லாம் முடியுமா " என்று சந்திரசேகர் கேட்க " நா பொறுப்பு சார் " என்று சொல்லி அவரிடம் அவரது புகைப்படத்தைக் கேட்க, மீண்டும் அதே உமர் அக்ரம் என்ற பெயரில் பாஸ்போர்ட் தயாரானது சந்திரசேகருக்கு.

அடுத்த மூன்று நாட்கள் இதே வேலையாகப் பார்த்து அவரை வழியனுப்பினான் ஆரோக்கியம், ஆரோக்கியத்திற்கு ஏதோ ஒரு பெரும் சாதனை செய்தது போல தோன்றியது. சந்திரசேகர் புறப்பட்டுச் சென்ற இரண்டாம் நாள் காலை, மிக துள்ளலாக எழுந்து, தேநீர் கடைக்குச் சென்று தேநீர் குடித்தபடி நாளேடுகளைப் புரட்ட, அதில் "பாகிஸ்தானின் பலோசிஸ்தான் பகுதியில் ஒரு பெரும் குண்டு வெடிப்பு நிகழ்ந்ததாக செய்தியில் படித்தான் ஆரோக்கியம், அங்குதான் சந்திரசேகர் சென்றுள்ளார் என்ற நினைவு வந்தது அவனுக்கு. சிறு பதற்றத்துடன் நாளேட்டைக் கீழே வைத்து திரும்பிப் பார்க்க, சந்திரசேகர் புகைப்படத்தில் காட்டிய அதே முகம் ஒரு ஐம்பது வயதில் எப்படி இருக்குமோ அதே சாடையில் ஒரு பெண்மணி, நடந்து செல்ல, அவளை நோக்கி ஓடிய ஆரோக்கியத்தின் மீது மலைப்பாதையில் இருந்து வந்த சரக்கு வாகனம் மோதி அந்த இடத்திலேயே இறந்தான்.

11.
தக்கவைப்புகள்

நீடித்த நித்திரையில், அறிவிப்பு மணியின் சத்தம் இடையூறாக இருக்க, குப்புறப் படுத்திருந்த சண்முகநாதன் கண்ணைத் திறக்காமல் கைகளால் அறிவிப்பு மணியை அணைத்துவிட்டு. மீண்டும் திரும்பி வலது காலை அதனருகில் இருந்த தலையணை மீது வைத்துக் கொண்டு அசந்து தூங்கினான். ஐந்தே நிமிடத்தில் மீண்டும் ஒரு அறிவிப்பு மணி அடிக்க, " ஒன்னு எந்திரி இல்லனா அலாரத்த அமத்தி போட்டுட்டு தூங்கு, ரெண்டும் இல்லாம ஏன் இப்படி படுத்துற " என்ற பூர்ணிமாவின் குரல் சண்முகநாதனை விழிக்க செய்தது.

"காலைலயே ஏண்டி கத்துற," என்று பாதி தூங்கினாற் போல் கண்ணை வைத்துக் கொண்டு, பின் வலது கையால் கண்ணைத் தேய்த்து தூக்கத்தை வெளிவிசை மூலம் கலைத்து, இடது கையால் தனது தலையணைக்குப் பின்னால் இருந்த கைபேசியை எடுத்துப் பார்க்க மணி காலை ஆறு ஆனது. " அய்யயோ லேட்டாகி போச்சு " என்று தனக்குள் முணுமுணுத்துக் கொண்டே, " ஏய் பூர்ணிமா எழுப்பி விட மாட்டியா. டயத்த பாரு ஆறு மணியாகிருச்சு " என்று, தனது சோம்பலுக்கு பூர்ணிமாவை காரணமாகக் கூற, நீதான என்ன எழுப்புவ இன்னைக்கு என்ன புதுசா என்று பதிலை தூக்கத்தோடு கூறி விட்டு மீண்டும் ஆழ்ந்து தூங்கினாள் பூர்ணிமா.

படுக்கையிலிருந்து வேகமாக கீழிறங்கிய சண்முகம், தனது மகளை தூக்கி தலையணை மீது நன்றாக படுக்க வைத்து விட்டு, அறையை விட்டு வெளியே வந்து, வாசற் கதவை திறக்க, பாலை வாங்கிக் கொண்டு உள்ளே நுழைந்தார் சண்முகத்தின் தந்தை ராமன். இருவரும் ஒருவர் மீது ஒருவர் உரசி விடாமல் ஒதுங்கிச் சென்றனர். அந்த ஒதுக்கத்தில் அவர்களது உறவை விளங்கிக் கொள்ளலாம். தந்தையின்

மீது மூச்சுக் காற்று கூட படாமல் வெளியே சென்று வாயில் கதவை சாத்தும் வேளையில், "கத்திரிக்காய் இருந்தா அரை கிலோ வாங்கு" என்று ராமன் கூற, "ம்" என்ற ஒற்றை ஒலியில் பதில் கூறி வெளியே நடைப்பயிற்சிக்குப் புறப்பட்டான் சண்முகம்.

வழக்கமாக தாமரைத் தொட்டி வழியாக மதுரை ரேஸ்கோர்ஸ் மைதானத்தில் நடைப்பயிற்சி முடித்து வரும் சண்முகம், அன்று சற்று அசந்து தூங்கிவிட்ட காரணத்தினால், வீட்டின் அருகிலேயே நடைப்பயிற்சி முடித்து விடலாம் என்ற கணக்கில் சூர்யா நகர் தொன் போஸ்கோ மேல்நிலைப் பள்ளி வழியாக தனது நடையை ஆரம்பித்தான். மெல்ல தொன்போஸ்கோ பள்ளிக் கட்டிடத்தை தாண்டியவனின் பார்வையில் மதுரை சூர்யா நகர் மக்களின் மண்ணனே என்று ஒரு சுவரொட்டி கண்ணில் தென்பட, குபீரென்று சிரித்து என்னடா இப்படிலாம் போஸ்டர் ஒட்டி விடுறீங்க என்று தனக்குள் முணுமுணுத்து அந்த சுவரொட்டியைத் தெளிவாகப் பார்க்க அதில் மதுரை சூர்யா நகரின் மண்ணனே என்று எழுத்துப் பிழையுடன் எழுதி இருந்ததைப் பார்த்து ஒரு நொடி அருகில் நடப்பவரை கவனிக்க, அவரும் சண்முகத்தைப் பார்த்து "ரொம்ப வருஷம் கழிச்சு லோக்கல் எலக்சன் நடந்திருக்கு, பாவம் இந்த சுந்தரபாண்டியனும் கட்சில ஒட்டிக்கிட்டு நாலு காசு பாக்க வேணாமா" என்று கூறி சிரித்து வேகமாக நடந்தார் அவர். சுவரொட்டியை உற்றுப் பார்த்து அதை அடித்தவர் பெயர் சுந்தரபாண்டியன் என்று தெரிந்து மனதில் சிரித்துக் கொண்டே நடக்கத் தொடங்கினான் சண்முகம்.

சக்கிலியங்குளம் போகும் பாதை வரை நடந்து சென்று அங்கு இருக்கும் மூன்று முக்கு சாலையுடன் நேரத்தை கருத்தில் கொண்டு வீடு திரும்ப முடிவெடுத்து, திரும்பிய தருணம் அங்கிருந்த ஒரு கடையின் கதவுக்கு இடையில் ஒரு சாம்பல் நிற நாய்க்குட்டி குளிர் தாங்க முடியாமல் கத்திக்கொண்டிருந்தது. அந்த நாய்க் குட்டியைப் பார்த்தவுடன் அவனுக்கு சட்டென அவனின் வீட்டை தத்தெடுத்து தற்போது அவன் வீட்டிலேயே வளரும் ஹிப்போவின் ஞாபகம் வரவே, அருகில் இருக்கும் கடையில் இருந்து ஒரு ரொட்டி பொட்டலத்தை வாங்கி வைக்க, சாப்பிட முடியாமல் உருண்டு பிரண்டு சாப்பிடப் போராடியது அந்த நாய்க்குட்டி.

ஏறத்தாழ இதே போன்ற சிறு குட்டியாகத் தான் ஹிப்போவும் சண்முகத்தின் வீட்டிற்குள் நுழைந்தது. வீட்டு வாயிற் கதவில் இருக்கும் ஒரு மலர் வடிவ கம்பியின் துவாரம் வழியாக உள்ளே நுழைந்தவன் இந்த ஹிப்போ. ஆரம்பத்தில் நாய்கள் மீது பெரிய அக்கறை இல்லாத சண்முகத்தை ஹிப்போ அவனது குறும்பின் மூலம் மாற்றவே, தெருவில் திரியும் நாய்கள் மீது சண்முகத்திற்கு ஒரு கரிசனம் ஆரம்பித்தது. "ஹிப்போ" என்ற பெயர் சண்முகத்தின் மகள் ரஞ்சனி வைத்தது. இந்த சாம்பல் நிறக் குட்டி பெரிதாய் சண்முகத்திற்கு ஹிப்போவை நினைவுப்படுத்த, அந்த குட்டியைத் தூக்கிச் செல்ல முடிவு செய்தான் சண்முகம்.

அருகிலிருந்த கடையில் இந்தக் குட்டி தனியாகவா திரிகிறது என்று விசாரிக்க, "ஆமா சார் இந்த தெருவுல ஒரு பொறம்போக்கு கூட்டம் இருக்குது, தெரு நாய்ங்களுக்கு சாப்பாடு வெக்கிறோம்னு சொல்லி காச அடப்பு போடுவானுங்க, முந்தாநாள் அப்புடி ஒருத்தன மண்டையை கழுவி கூட்டி வந்து, அந்த பாருங்க ஒரு கருப்பு வெள்ளை நாய் அதுக்கு பிறந்தநாள் கொண்டாடுனானுங்க, அப்ப எங்கிருந்தோ பாவம் இந்த குட்டிய தூக்கிட்டு வந்துட்டானுங்க," என்று நெடிதாய் கூறி முடிக்க, குட்டியை எடுத்துக்கொண்டு தன் வீடு நோக்கி நடக்க ஆரம்பித்தான் சண்முகம்.

இடது கையில் நாயை தூக்கிக் கொண்டு, மெல்ல நடந்து வீடு நோக்கி வந்து கொண்டிருந்த சண்முகத்தை வீட்டு மொட்டை மாடியிலிருந்து பார்த்த ஹிப்போ, அவனது கையிலிருந்த குட்டியைக் கண்டு நாலே எட்டில் கீழே வந்து வாயிற்கதவில் நின்று வழக்கத்தை விட சத்தமாக குரைக்க ஆரம்பித்தது. வீட்டினுள் இருந்த அனைவரும் வெளியே வந்து பார்த்து ஹிப்போவை சமாதானம் செய்தும் ஓயவில்லை அந்த சத்தம். சண்முகத்தின் கையில் நாய்க்குட்டி இருப்பதைக் கண்ட ராமன், கத்தரிக்காய் இல்லாமல் இருக்கவே லேசான மனச் சோர்வடைந்து. "அந்த குட்டிய பாத்துதான் கத்துது அத தூக்கி கொண்டு எங்கயாவது விட்டு வரச் சொல்லு" என்று தனது மனைவி கௌரியிடம் கூற. எப்போதுமே தந்தையின் சொல்லை தவறிக் கூட நிறைவேறிவிடாமல் பார்த்துக் கொள்ளும் சண்முகம், "அது என்ன அவ்ளோ கொழுப்பு" என்று கூறி அந்த குட்டியை உள்ளே தூக்கி வந்து தனது மகிழுந்து நிப்பாட்டப் பட்ட இடத்திற்குப் பின்புறம் ஒரு சாக்கை விரித்து அதில் அந்தக் குட்டியை படுக்க வைத்து வீட்டினுள் நுழைந்தான்.

சிறிதும் சத்தத்தைக் குறைக்காமல் குரைத்துக் கொண்டிருந்தது ஹிப்போ. அந்தக் குட்டியைத் தாக்கவும் செய்யாமல், தொடர்ந்து பயமுறுத்திக் கொண்டே இருந்தது ஹிப்போ. வந்த சிறிது நேரம் வரை ஹிப்போவின் அலறலைப் பார்த்து அஞ்சி நின்ற குட்டி, பின் இது அவ்வளவுதான் என்று மனதில் தைரியத்தை வரவைத்துக் கொண்டு விரித்த சாக்கில் பயமின்றி படுக்கவும் ஆரம்பித்தது. குரைத்து ஓய்ந்த ஹிப்போ இருப்புக் கொள்ளாமல் சண்முகத்தின் மகிழுந்தை சுற்றியே நின்றிருந்தது.

குளித்து முடித்து வந்த சண்முகம் ஹிப்போவிற்கு ஒரு அலுமினிய தட்டில் சாப்பாடு வைத்து, ஒரு புது குடுவையில் பாலை ஊற்றி அந்தக் குட்டியிடம் வைத்தான். சாப்பாடை முகர்ந்துகூட பார்க்காமல் ஹிப்போ மொட்டை மாடிக்குச் செல்ல, வைத்த பாலை முழுவதுமாய் குடித்து விட்டு பரவசமாய் சாக்கில் முன்னங்காலை முட்டுக் கொடுத்து தூங்க ஆரம்பித்தது அந்தக் குட்டி. அடுத்த ஒரு மணி நேரத்தில் அலுவலகம் செல்லத் தயாரான சண்முகமும், பூர்ணிமாவும் வெளியே வந்து வண்டியை வாயிலை விட்டு வெளியே எடுக்க, சாப்பாடு அப்படியே இருந்த ஹிப்போவின் தட்டை நோட்டம் விட்ட பூர்ணிமா, "அட பாவம்பா எங்க மாடில நிக்கிதா" என்று சண்முகத்திடம் கேட்க, "ஆமா அதுக்கு என்ன அவ்வளவு திமிரு" என்று கூறி வண்டியை எடுத்தான் சண்முகம்.

வண்டியை எடுத்து இரண்டு நிமிடத்தில் இருந்து அண்ணா நகர் கோல்ச்சா காம்ப்லெக்ஸ் வந்து பூர்ணிமாவை இறக்கி விடும் வரை, தொடர்ந்து அலுவலகப் பணிச் சுமையைப் புலம்பியவாறே வந்து கொண்டிருந்தான் சண்முகம். இறங்கிய பூர்ணிமா, " டென்ஷன் ஆகாத, மூணு சைட்டுக்கு மேல பார்க்க முடியலைன்னா, ரிஸோர்ஸ் எக்ஸ்ட்ரா வேணும்னு சொல்லுப்பா. ஒரே ஆள் எப்படி மூணு சைட்ட மெயின்டெய்ன் பண்ண முடியும்" என்று பூர்ணிமா கூற, "ஆமா ஏற்கெனவே சொல்லிட்டேன் இன்னைக்கு போய்ட்டு கண்டிப்பா அத சொல்லணும் " என்று பதில் கூறி அங்கிருந்து கிளம்பினான் சண்முகம்.

அண்ணா நகரிலிருந்து தெப்பக்குளம் வழியாக காமராஜர் சாலை வந்து கொண்டிருக்கும் போதே அலுவலகத்திலிருந்து அழைப்பு வந்து, அரசரடி துணை மின் நிலையத்தின் கூடுதல் பொறியாளரைப் பார்த்து வரும்படி செய்தி வர, அங்கிருந்து தமிழ் சங்கம் சாலை பிடித்து

அரசரடி துணை மின் நிலையம் வந்து சேர்ந்தான் சண்முகம். உள்ளே பொறியாளர் அறை முன் அமர்ந்து, அலுவலக ஒருங்கிணைப்பாளரைத் தொடர்பு கொண்டு, " இன்று காலை அருப்புக்கோட்டை சைட்டுக்கு அனுப்ப வேண்டிய வரைபடம் மற்றும் இறக்குமதி செய்யப்பட்ட மின்மாற்றி ஆகியவற்றைப் பற்றிக் கேட்க, மின்மாற்றி இன்னும் வரவில்லை என்றும் வரைபட வேலை நடந்து கொண்டிருப்பதாகவும் ஒருங்கிணைப்பாளர் லதா தெரிவிக்க, யாரை வைத்து வரைபட வேலை நடந்து கொண்டிருக்கிறது என்று குழம்பி அதிலிருந்து வெளி வரும் முன்னே அவன் கண் முன் வந்து நின்றார் கூடுதல் பொறியாளர் சேவுக மூர்த்தி.

" என்ன சண்முகம் நல்லாருக்கீங்களா, என்ன சைட் பி.பி.எ வாங்கியதிலிருந்து, ஆளையே காணோம், சைட் கமிசின் பண்றப்ப லோக்கல் எஸ்.எஸ் சப்போர்ட் வேணும் சார் " என்று கூறிய சேவுகமூர்த்தியை நோக்கி, " சார் நீங்க வேற, வேற ஒரு சைட் சி இ ஜி க்ளியரென்ஸ் சார், அதான் உங்களப் பாக்க முடியல. இன்னும் பத்து நாள்தான் சார் சைட் முடிஞ்சிடும், வாங்க அன்னைக்கு அப்புடியே ஒரு ட்ரிப்ப போட்டுருவோம்" என்று அதிகாரி மீது பனி மழை பொழிய, "நல்லா கூட்டிட்டு போவீங்க வாயாலேயே, நாலு சைட்டுக்கு தனித் தனியா போனா செலவாகும்னு, இன்ஸ்பெக்ஷன் ஒரே நாள் வெச்சு என்ன அன்னைக்கு சுத்துனீங்களே அப்புடியா, உங்களோட அந்த வண்டில வந்துதாங்க எனக்கு பைல்ஸ் வந்திருச்சு, டெய்லி மாத்திரை போட்டுக்குட்டு இருக்கேன்" என்று சிரிப்போடு கூறி முடிக்க, " சார் இந்த தடவ பாருங்க வெச்சு கலக்கீருவோம் அன்னைக்கு" என்று கூறி முடித்த சண்முகத்திடம் என்ன விஷயம் என்று ஆரம்பித்தார் மூர்த்தி. "சார் நீங்கதான் வரச் சொன்னீங்களாமே" என்ற சண்முகத்திடம், "ஏங்க அந்தம்மா எதுக்குன்னு கூட உங்கள்ட்ட சொல்லாதா " என்று மூர்த்தி கேட்க, " சார் வண்டி ஓட்டிட்டு இருந்ததால கேக்க முடியல " என்று கூறி சமாளிக்க, தனது அறைக்கு அழைத்துச் சென்று விரகனூர் எஸ். எஸ்ல லோட் இருக்கான்னு கேட்டிருப்பீங்க போல அதுக்குதான் ஓல அடைச்சிருக்கானுங்க, 4 மெகாவாட் அவைலபிலிட்டி இருக்கு " என்று கூறி கையில் இருந்த அறிக்கையை சண்முகத்திடம் கொடுக்க, அறிக்கையை வாங்கி வைத்துக் கொண்டு அலுவலகம் நோக்கி விரைந்தான் சண்முகம்.

சண்முகத்திற்கு யார் வரைபட வேலையை முடித்தது என்று மிகப் பெரும் குழப்பம், வேகமாக பழங்காநத்தத்தில் உள்ள தனது அலுவலகம் வந்து சேர்ந்து உள்ளே நுழைய, சண்முகத்தின் இருக்கைக்கு அருகே மற்றுமோர் இருக்கை. புதிதாக சண்முகத்திற்கு இணையாக சக்தி கணேஷ் என்ற புது பொறியாளரை பணிக்கு எடுத்திருந்தது நிர்வாகம். சக்தி கணேஷைக் கண்டவுடன் சண்முகத்திற்கு ஒரு இனம் புரியாத அசௌகரியம்.

பார்த்து மெல்லிதாக ஒரு புன்னகை மட்டும் செய்து விட்டுத் தனது இருக்கையில் அமர்ந்து, தொலைபேசியில் " ராஜு கொஞ்சம் உள்ள வரியா " என்று இரண்டாம்படி பொறியாளர் ராஜூவை அழைக்க, "சார் சக்தி சார் என்ன டிசைன் சப்மிட் பண்ண அனுப்பிச்சிருக்காரே " என்று ராஜு பதிலளிக்க, பட்டென கண்கள் சிவந்த சண்முகம் " டேய் போம்போது சொல்லிட்டுப் போகணும்னு அறிவில்லையா உனக்கு " என்று ஆரம்பித்து கண்டபடி கத்தி முடித்து அழைப்பை துண்டித்தான். அடுத்ததாக லதாவை அழைத்து " நா வரவரைக்கும் ராஜூவ வெயிட் பண்ண சொல்ல மாட்டிங்களா இப்ப யார நா யூஸ் பண்ண, இல்ல வாங்கிட்டு வந்திருக்க ரிப்போர்ட் கொரியர் வேலையும் நானே பாக்கவா" என்று வார்த்தைகளைக் கொட்டி முடித்து, அடுத்த அரை மணி நேரம் எந்தப் பணியையும் பாராமல் அமர்ந்திருந்தான் சண்முகம்.

சரியாக அரை மணி நேரத்தில் பூர்ணிமாவின் அழைப்பு வந்தது சண்முகத்தின் கைபேசிக்கு. சண்முகம் தனது திட்ட இயக்குனருடன் பேசச் சென்றதால் கைபேசியை இருக்கையிலேயே விட்டு செல்ல, அழைப்பு நின்று போனது. அடுத்து அலுவலக தொலைபேசிக்கு வந்தது மறு அழைப்பு, சக்தி அவ்வழைப்பை எடுக்க, சண்முகத்தின் குரலை எதிர்நோக்கிய பூர்ணிமா " மே ஐ ஸ்பீக் டு மிஸ்டர் சண்முகம்..." என்று கேட்க, " ஹீ இஸ் நாட் இன் தி சீட் மேம் " என்று பதில் வந்தது.

திரும்பி வந்த சண்முகத்திடம் உங்களுக்கு ஒரு லேடி போன் பண்ணாங்க என்று சக்தி கூற, அழைப்பு முகப்பை பார்த்து, பூர்ணிமா என்று கண்டதும் கைபேசியில் அழைத்தான் சண்முகம். அழைப்பை எடுத்த பூர்ணிமா " என்ன காலைல பொலம்பிகிட்டேப் போன புதுசா ஒருத்தர கூடுதலா எடுத்திருக்காங்க போல" என்றதும், ஏதோ பெரிய பாரம் குறைந்தது போல் தோன்றியது சண்முகத்திற்கு. ஆனால் அவனால் இயல்பாய் பேச முடியவில்லை, " இனியாவது வீட்ல வந்து

பொலம்பாத " என்று கூறிய பூர்ணிமாவிடம் பிறகு பேசுவதாகக் கூறி அழைப்பை துண்டித்து, இருக்கையில் சற்று சாய்ந்து அமர்ந்து யோசிக்க, "டாடி ஹிப்போ இன்னும் கத்திட்டே இருக்கு" என்று புலனத்தில் குரல் செய்தி அனுப்பியிருந்தாள் சண்முகத்தின் மகள். சண்முகத்திற்கு சற்று நேரத்திற்கு முன்பு தான் கத்தியது நினைவுக்கு வர, கூச்சமடைந்து சிறிது நேரம் அமர்ந்து, இருக்கையை விட்டு எழுந்தவன் " ப்ரோ டீ குடிக்கப்" போலாமா என்று சக்தியிடம் தனது முதல் பேச்சை உதிர்த்து தோழமையில் நகர்ந்தனர் இருவரும். அலுவலகம் விட்டு வெளியே வர வாசலில் தக்கை வைக்காமல் ஆணி அறைந்து கொண்டு நின்ற பாதுகாப்புப் பணியாளரிடம், " அண்ணே தக்கைய வெச்சு அடிங்கணே, அப்பத்தான் நிக்கும் " என்று கூறி வந்தான் சண்முகம்.

மாலை அலுவலகம் முடிந்து கிளம்பும் போதே, தெரு நாய்களைப் பராமரிக்கும் தனது நண்பனை அழைத்து வீட்டிற்கு வந்த குட்டியைப் பற்றிக் கூறி, வண்டியைக் கிளப்பினான் சண்முகம்.

12.

வீசும் காற்றில் பரவிய விஷம்

போக்குவரத்து நெரிசல் இல்லாமல், ஆங்காங்கே வந்து கொண்டிருந்த வாகனங்களைத் தாங்கியபடி ஓய்வெடுத்துக் கொண்டிருந்தது மத்திய சென்னையின் சாலைப் பகுதி. சாலை ஓரத்து நடைமேடையில் மட்டும் தாளம் தப்பிய ஓட்டங்களுக்கு ஏற்ப ஆங்காங்கே சிமெண்ட் கற்கள் ஆடிக் கொண்டிருந்தன.

அந்தத் தெருவின் ஒரு முனையில் இருந்த அயல்நாட்டு கூரியருக்கான பொருட்கள் சேமிப்புக் கிடங்கில் அவசர அவசரமாக, அயல்நாட்டுப் பயணத்திற்குத் தயாராக இருந்த பார்ஸல்களுக்கு அச்சு வைத்துக் கொண்டிருந்தாள் சுனைனா.

கடைசியாக ஒரு பெட்டியை எடுத்து அச்சு வைக்கப் போகையில், "இதையும் அதோடு சேர்த்துடு" என்று மேலாளர் சுனைனாவிடம் கொடுக்க, அவசர சலிப்புடன் அந்த பார்ஸலைப் பரிசோதிக்காமல் அச்சைப் பதிவேற்றி உள்ளே அனுப்பினாள், உள்ளே அனுப்பிய கையோடு வேகமாக அங்கிருந்து வெளியேறினாள்.

எத்தனை நாட்கள் விடுமுறை என்று விசாரித்த மேலாளரிடம், "சார் இந்த வாரம் சண்டே வந்துடுவேன் சார் " என்று கூற, " சரி பாத்து சீக்கிரமா வா, என்று பேசிக்கொண்டே தனது மேஜையில் வைத்திருந்த ஐந்தாயிரம் ரூபாய் பணத்தை எடுத்து சுனைனா கையில் கொடுத்து, ஸ்ரிஷ்டியைப் பார்த்து சிரித்து, " நல்லா தண்ணி குடி, பயப்படாம போயிட்டு வா " என்று கூறிய மேலாளரைப் பார்த்து தலையசைத்த ஸ்ரிஷ்டியை இறுகப் பிடித்துக் கொண்டு கொஞ்சினாள் சங்கீதா.

சுனைனாவின் கைகளைப் பற்றி இருந்த ஸ்ரிஷ்டி, என்ன செய்வதென்று தெரியாமல், விழித்துக் கொண்டிருக்க குளமென

மாறி இருந்த கண்களைத் துடைத்த சுனைனா, " சரி அக்கா நாங்க கெளம்புறோம், இப்ப போனாதான் டிக்கெட் எடுத்துட்டு உக்கார சீட் கிடைக்கும் என்று கூறியவளிடம், " இவ்ளோ லக்கேஜ் தூக்கிட்டு எப்புடி போவ, நம்ம வண்டி யானைக்கவுனிதான் போவுது, அதுல ஏறிக்க, நா சென்ட்ரல்ல நிப்பாட்ட சொல்றேன்" என்று மேலாளர் கூற, சரி என்று ஆமோதித்தவள் மேலும் இரண்டு பெரிய தண்ணீர் பாட்டில்களில் தண்ணீரை நிரப்பி எடுத்துக் கொண்டாள்.

தண்ணீரை நிரப்பியவளைப் பார்த்த மேலாளர், " இங்க பாரு பாப்பா உனக்கு ஒண்ணுமில்ல, நீ உங்க ஊருக்குப் போய் இறங்குற வர அரை மணி நேரத்துக்கு ஒரு தடவ தண்ணி குடிச்சுரு, நைட் தவிக்கலைனாலும் நீயா எடுத்து குடிச்சுரனும் சரியா? " என்றவரிடம் " சரி அங்கிள் " என்று ஸ்ரிஷ்டி தலையசைக்க, " கால நேரத்துல வெயில் ரொம்ப அடிக்குது அந்தப் பக்கம், அதுனால கண்டிப்பா அவளே கரெக்ட்டா தண்ணி குடிச்சிருவா " என்று சங்கீதா தெரிவிக்க, மேலாளரின் மேஜையில் பெருமையாய் நின்றிருந்த பெருமாளைக் கும்பிட்டு, அவர்களை வழியனுப்பத் தயாரான நேரம், மேலும் ஒரு வாடிக்கையாளர் வந்து தனது பார்சலை எடுத்துக் கொள்ளுமாறு மன்றாட, நேரத்தைக் கடத்த வேண்டாம் என்று, சுனைனாவே அந்த பார்சலை வாங்கி அதில் இடம் பெற்றிருந்த, கவிதா, 1180, குளோரியா அவென்யூ, வான் ந்யஸ் என்ற முகவரியை எழுதி, தனது மகள் சிருஷ்டியைப் பார்த்து ஐந்து நிமிடம் என்று கையை காட்டி, பரிசோதனை செய்யாமல் அந்த பார்சலை வெளியேற்றத் தயாராக இருந்த மற்ற பார்சலோடு சேர்த்து, அங்கிருந்து தனது மகளுடன் கிளம்பினாள்.

பார்ஸலை அனுப்பிய செய்தியை ரவி அவரது மைத்துனரிடம் தொலைபேசியில் கூறி விட்டு, அங்கேயே நின்று புகைபிடித்துக் கொண்டிருக்க, சுனைனா ஸ்ரிஷ்டியுடன் வெளியேற ஆயத்தமானாள், இந்த வண்டிலயே ஏறு என்று மேலாளர் கூற, பார்ஸல்கள் ஏற்றிச் சென்ற வண்டியிலேயே இருவரும் ஏறி அமர்ந்தனர்.

சிருஷ்டிக்கு அமர இடம் வேண்டியதால் ஒரு அட்டையை தூக்கிப் பின்னால் வைக்க, கடைசியாய் மேலே வைக்கப்பட்ட ரவி கவிதாவுக்கு அனுப்பிய பார்சல், கண்ணாடி வழியாக ரவியைப் பார்த்த படி வண்டியில் சென்றது, கண் இமைக்காமல் அந்த பார்ஸலைப் பார்த்த ரவி ஒருவித கலவையான மனநிலையில் கிளம்பினார்.

சுனைனா, சிருஷ்டி, கவிதாவுக்கு அனுப்பிய பார்ஸல் என அனைத்தையும் தாங்கி நகர்ந்து கொண்டிருந்தது அந்த வாகனம். சரியாக

விடியாத நேரம், ஆனாலும் ஒரு சிறு புழுக்கம் இருந்து கொண்டே இருந்தது.

வண்டியில் ஏறிய கால் மணி நேரத்தில் "மா தண்ணி" என்று ஸ்ரிஷ்டி கேட்க "அக்கா இத குடுக்கா" என்று ஓட்டுநர் அவரது தண்ணீர் குடுவையை எடுத்து கொடுக்க, அருகில் அமர்ந்து வந்த உதவியாளர் "பாப்பாவுக்கு என்னண்ணா" என்று ஓட்டுனரிடம் கேட்க, "பாவம்டா பொறந்ததுல இருந்தே சுகர்டா அதுக்கு, அது இப்ப கிட்னிய ரொம்ப பாதிச்சிருச்சாம், அதுனால அவளுக்கு எதோ ஆப்ரேசன் செய்யணுமா, அதுக்கு பணம் ரெடி பண்ணதான் அவுங்க இடத்தை விக்கிறதுக்கு ஊருக்குப் போறாங்க," என்று அந்த ஓட்டுநர் கூற, ஸ்ரிஷ்டியை பாவமாய் பார்த்த அந்த உதவியாளர் "இந்த வயசுலயே சுகர் வருமாண்ணா" என்று வியப்புடன் கேட்க "தே வந்திருக்குதே" என்ற ஓட்டுனரின் குரலை கேட்டதும் அமைதியாய் அமர்ந்தார்.

வண்டி சென்னை சென்ட்ரல் ரயில் நிலையம் வந்து நிற்க, வேகமாக உள்ளே இருந்து இறங்கிய சுனைனா தனது பைகளை தோளில் மாட்டிக் கொண்டு, ஸ்ரிஷ்டியை ஒரு கையால் அணைத்தபடி, ஓட்டுனரிடம் விடை பெற்று திரும்ப, பின்னால் நின்று இருந்த வண்டியை ஒரு முறை உற்றுப் பார்க்க, அது காலை கடைசியாக பார்சலை அனுப்ப வந்த ரவி அங்கே நின்று கொண்டிருந்தார்.

சற்றே குழப்பத்துடன் அவரை ஒரு முறை பார்த்து விட்டு வேகமாக பயணச்சீட்டு எடுக்கும் இடம் நோக்கி ஓட ஆரம்பித்தாள் சுனைனா.

இரு பிரிவுகளாக இரண்டு பயணங்களாகத் தொடர இருக்கும் இனி

பிரிவு 01

அழைப்பைத் துண்டித்தவுடன் "அம்மா தண்ணி " என்று ஸ்ரிஷ்டி கேட்க, தனது பையில் இருந்து ஒரு தண்ணீர் குடுவையை எடுத்துக் கொடுத்தாள் சுனைனா, அந்தக் குடுவையில் மொத்த நீரும் தீர்ந்து இருக்கவே ஸ்ரிஷ்டியை வரிசையில் நிறுத்தி, அருகில் இருந்த குடிதண்ணீர் குழாயில் சென்று தண்ணீர் பிடித்து வந்து மீண்டும் வரிசையில் நின்றாள் சுனைனா. தன் தாயை பாவமாக பார்த்து நின்றாள் ஸ்ரிஷ்டி. ஸ்ரிஷ்டியை கவனித்த சுனைனா, அவளது தலையில் கை வைத்து " என்ன டா ? " என்று கேட்க, " அப்பா எங்க போனாரு மா " என்று ஸ்ரிஷ்டி கேட்க " தெரியல டா " என்ற சுனைனாவின் பதிலுக்கு "எனக்கு உடம்பு சரி இல்லாததால போயிட்டாரா "என்று ஸ்ரிஷ்டி மீண்டும் தொடர, "உனக்கு உடம்புக்கு என்ன ஆச்சுன்னே அந்த நாய்க்கு

அங்கு அவளுக்கு முன்பாகவே கேஷவ் வந்து ரயிலுக்கான பயணச் சீட்டை வாங்கி வைத்திருக்க, வேகமாக வந்து அந்த சீட்டுகளைப் பெற்றுக் கொண்டு, ஓடி வரிசையில் நின்றாள் சுனைனா. அந்த பயணச்சீட்டு நவஜீவன் ரயிலுக்கான பயணச்சீட்டாக இருக்க, அது சென்னை முதல் உதான் என்ற இடம் வரை எடுக்கப் பட்டிருந்தது. ரயிலில் ஏறுவதற்கு வண்டி நிற்கும் நடைமேடையைக் கேட்டறிந்து அங்கு வந்து நின்றாள் சுனைனா.

காலை ஒன்பதரை மணிக்குக் கிளம்ப வேண்டிய அந்த வண்டிக்கு காலை ஆறரை மணிக்கெல்லாம் வந்து வரிசையில் நிற்க ஆரம்பித்தாள் சுனைனா. வரிசையில் நிற்கும் போதே அவளை விட்டுச் சென்ற ஓட்டுனரிடம் இருந்து அழைப்பு வர, அழைப்பை எடுத்த சுனைனாவிடம், காலை கடைசியாக வந்த பார்சல் எண்ணைக் கேட்க, தான் குறித்து வைத்திருந்த எண்ணை அவரிடம் சொன்னாள் சுனைனா.

அதே என்னை ஓட்டுநர் அங்கு ஒருவரிடம் தெரிவிக்க, அந்த பார்சலை ஏதும் பரிசோதிக்காமல் அவர்கள் உள்ளே அனுப்பியுள்ளனர், "என்ன ஜி இன்ஸ்பெக்ட் பண்ணாம உள்ள அனுப்பிட்டிங்க" என்று அந்த ஓட்டுநர் பேசுவது சுனைனாவிற்கு காதில் விழ, "என்ன ஆச்சு" என்றாள் ஓட்டுனரிடம், "ஒண்ணுமில்லக்கா நம்மதான் ஒக்காந்து மாங்கு மாங்குனு வேல பாக்குறோம், அவனுங்கள பாரு, அசால்ட்டா பார்சல செக் பண்ணாம அனுப்புறானுங்க" என்று சுனைனாவிடம் பேசி அழைப்பைத் துண்டித்தான் அவன்.

பிரிவு 02

சென்ட்ரல் ரயில் நிலையத்திலிருந்து சுனைனாவையும், ஸ்ரிஷ்டியையும் இறக்கி விட்ட அந்த பார்சல்கள் அடங்கிய வண்டி சென்ட்ரலிலிருந்து கிளம்பி யானைக்கவுனி நோக்கிச் சென்றது. அந்த வாகனத்தின் பின்னாலேயே சென்றார் ரவி. வாகனம் யானைக்கவுனியில் இருந்த பார்சல்களை ஏற்றிக்கொண்டு, மீண்டும் சரக்குப் போக்குவரத்து செல்லும் சரக்கு பிரிவிற்கு விரைந்தது. அதன் பின்னாலேயே தொடர்ந்து சென்று கொண்டிருந்தார் ரவி. வண்டி கார்கோ புக்கிங் அலுவலகம் சென்றதும், வெளியே நின்ற ரவி, அவரது கைபேசியை எடுத்து ஒரு எண்ணிற்கு அழைத்து, தான் அனுப்பிய பார்சலை சுமந்து வரும் வண்டியின் மொத்த விவரத்தையும் அந்த அழைப்பில் கூறி முடிக்க, தான் பார்த்துக் கொள்வதாகக் கூறி அழைப்பை வைத்தார் அந்நபர்.

பிரிவு 01

தெரியாதுடா, பொண்ணு பொறந்திருக்குனு சொன்னோனையே கௌம்பிட்டான், விடு நமக்கு எதுக்கு அதெல்லாம்“ என்று முட்டிக் கொண்டு நின்ற கண்ணீரை அடக்கி “அடுத்த வாரம் உனக்கு ஆபரேஷன் செஞ்சிட்டா எல்லாம் சரி ஆகிடும், “என்று ஸ்ரிஷ்டியிடம் கூறி மீண்டும் வரிசையில் வந்து நின்றாள் சுனைனா.

கொஞ்சம் கொஞ்சமாக கூட்டம் ரயில் நிலையத்திற்குள் அதிகரிக்க ஆரம்பித்தது. நவஜீவன் ரயில் வண்டிக்கு கூட்டம் வந்த வண்ணம் இருக்க, இடத்தை விட்டுக் கொடுக்காமல் அங்கேயே ஆணி அடித்தாற் போல நின்றிருந்தாள் சுனைனா. ஒரு வழியாக ஓனபது மணிவாக்கில் ரயில் வந்து சேர, கூட்டத்தோடு கூட்டமாக ஸ்ரிஷ்டியை அழைத்துக் கொண்டு உள்ளே ஏறினாள் சுனைனா. ஏறின நொடியில் முதல் இருக்கையில் அமர்ந்து, தனக்கு அருகே ஸ்ரிஷ்டியையும் அமரவைத்துக் கொண்டாள். ஒரு வழியாக இருக்கைக்குப் பிரச்னை இல்லாமல் வந்து அமர்ந்தனர் இருவரும். ஸ்ரிஷ்டிக்கு அதுவே முதல் பயணம், ஸ்ரிஷ்டி பிறந்த பின்பு சுனைனாவும் முதல் முறையாக தனது சொந்த கிராமத்திற்குச் செல்வது அதுவே முதல் முறை. அதுவும் சுனைனாவுக்கென அவளது தந்தை விட்டுச் சென்ற ஒரு இரண்டு செண்டு நிலத்தை விற்க. ஏறத்தாழ ஆறு வருடங்கள் கழித்து ஊருக்குச் செல்கிறோம், ஊர் எப்படி இருக்கும் என்ற வியப்பு ஒருபுறம், மறுபுறம் அந்த இரண்டு செண்டு இடத்தில் ஒரு வீடு கட்ட வேண்டும் என்பதற்காகவே நாம் சென்னை வந்தோம் ஆனால் தற்போது சூழல் அந்த இடத்தை விற்கப் போகிறோமே என்ற கலவையான மனநிலையில், பல எண்ணங்கள் அவளது மூளைக்குள் ஓடிக் கொண்டிருந்தது.

சரியாக ஒன்பதரை மணிக்கு வண்டி சென்னையை விட்டுப் புறப்பட ஆரம்பித்தது, சென்னையை விட்டு செல்வது ஸ்ரிஷ்டிக்கு ஒருவித பதற்றத்தை கொடுத்தது. ரயில் வண்டி நகர நகர வெப்பமும் மெல்ல உயர்ந்து கொண்டே இருந்தது. பயணம் ஆரம்பித்த அடுத்த ஒரு மணி நேரத்திற்கு உள்ளாகவே ஆந்திர மாநிலத்திற்குள் நுழைந்தது நவஜீவன் ரயில். தண்ணீர் பாட்டில்களின் செலவுகளைக் குறைக்க, பை நிறைய நிரப்பி வைத்திருந்த தண்ணீர் குடுவைகள் வேகமாக காலி ஆக ஆரம்பித்தது. ஸ்ரிஷ்டியே மறந்து இருந்தாலும் கூட தானாகவே அவளுக்கு நினைவூட்டி தண்ணீரை பருகச் செய்தாள் சுனைனா. கூட்டமும் நமது ஊர் வெப்பத்தைப் போல பல நேரங்களில்

பிரிவு 02

வந்த வேலை முடிந்தவுடன் அங்கிருந்து கிளம்பினார் ரவி. ரவியின் எண்ணங்கள் பலவாறு அலைந்த வண்ணம் இருந்தது. தனது இருசக்கர வாகனத்தை இயக்கியவாறே மெல்ல அவர் மனதில் அவரது குடும்பம் பற்றிய நினைவுகள் ஓடிக் கொண்டிருந்தது. வண்டியில் அதுவரை மெதுவாக பயணித்தவரின் கண்கள் லேசாக கலங்க ஆரம்பித்தது. கண்ணாடியைக் கழட்டியவர், கண்களை துடைத்துக் கொண்டு மீண்டும் வாகனத்தை இயக்க ஆரம்பித்தார். கிண்டி மேம்பாலத்தில் ஏறியவர், ஏதோ எண்ணத்துடன் வண்டியை கிண்டி தொழிற்பேட்டை வழியே திருப்ப, தொழிற்பேட்டையைக் கடந்து மேற்கு சைதாப்பேட்டை பக்கமாக வண்டியை ஓட்டினார். நேராக ஜோன்ஸ் ரோட்டில் உள்ள கடும்பாடியம்மன் ஆலயம் முன்பு வண்டியை நிறுத்தியவர், உள்ளே இறங்கிச் சென்று அமைதியாக சிறிது நேரம் அமர்ந்து, அங்கிருந்து வெளியேற "கவிதாப்பா எப்படி இருக்கீங்க?" என்று ஒரு குரல். திரும்பிப் பார்க்கையில் அந்த கோவிலின் பிள்ளையார் கோவில் பூசாரி வந்து கூப்பிட்டார், மிக வயதான தோற்றம் புருவங்கள் எல்லாம் நிறைத்து, கண்களைச் சுருக்கி ரவியை பார்த்து "கவிதாப்பா என்ன இந்தப்பக்கம்?, ஆச்சர்யமா இருக்கே, அதுவும் நேரமாவே வந்திருக்கீங்களே" என்று கேட்க, "நல்லா இருக்கீங்களா சாமி?" என்று அரைமனதுடன் கேட்டார் ரவி. "புள்ளையாரப்பன் இன்னும் என்ன சேவகம் பண்ண சொல்றான், முடியலடா கூப்பிட்டுக்கடா அப்பானா கேக்க மாட்டேங்குறான்" என்றார் அந்த பூசாரி. வாய் வார்த்தைக்காக சிரித்து, "சரி சாமி நா கிளம்புறேன்" என்று கூறி அங்கிருந்து கிளம்பினார் ரவி.

கோவிலை விட்டு வெளியே வர பக்கத்தில் இருந்த ஆவின் பூத்தில் நின்று கொண்டிருந்த ஐயப்பன், " ரவி சார் " என்று கூப்பிட, வேகமாக நடக்க முடியாமல் அவரிடம் நின்றார் ரவி. "ஜி எப்படி இருக்கீங்க, சிஸ்டர் நல்லாருக்காங்களா?, எங்களலெல்லாம் சுத்தமா மறந்துடீங்க, கவிதா எப்படி இருக்கா ? "என்று ஐயப்பன் கேட்க" நல்லா இருக்கா ஜி, நீங்க எப்படி இருக்கீங்க ? "என்று பதிலுக்குக் கேட்க, எனக்கென்ன நா நல்லாயிருக்கேன் என்று கூறியவாறு ரவியை வீட்டிற்கு அழைத்தார் ஐயப்பன். வர மறுத்த ரவியை வலுக்கட்டாயமாக வீட்டிற்கு அழைத்துச் சென்றார் ஐயப்பன். ரவியை ஐயப்பன் அழைத்துச் சென்ற ஒவ்வொரு நகர்விலும் ரவியின் இதயம் கனத்துக் கொண்டே இருந்தது.

பிரிவு 01

அதிகமாகவும் சில நேரங்களில் மிதமாகவும் இருக்க, சுனைனா கொண்டு வந்த தண்ணீர் குடுவைகளில் ஒரு பாதிக்கு மேல் காலி ஆகி இருந்தது. இரவு ஆந்திர மாநிலம் வாராங்கல்லில் வண்டி நிற்க, ஓடி வேகமாக இறங்கி காலி ஆகி இருந்த இரண்டு பெரிய குடுவைகளில் தண்ணீரை பிடித்து ஓடி வந்தாள் சுனைனா. அவர்கள் அமர்ந்திருந்த பெட்டியில் ஏற காலைப் படியில் வைத்த போது, வாராங்கல் ரயில் நிலையத்தில் பரிச்சயமான ரவை உப்புமாவை சுமந்தபடி ஒரு முதியவர் நடந்து வர, சுனைனாவிற்கு அவளது தந்தையுடன் சென்ற ரயில் பயணங்கள் நினைவிற்கு வந்தது. அந்த முதியவரை நிறுத்தி இரண்டு உப்புமா பொட்டலங்களை வாங்கிக் கொண்டு வண்டியில் ஏறினாள் சுனைனா. ஐந்து நிமிடங்களில் கிளம்ப வேண்டிய ரயில் ஏழு நிமிடங்களில் வாராங்கல் ரயில் நிலையத்தில் இருந்து கிளம்பியது.

வாராங்கல் ரயில் நிலையத்திற்குப் பிறகு, வண்டியில் ஏறும் கூட்டம் சற்றுக் குறைய ஆரம்பித்தது. சுனைனாவும், ஸ்ரிஷ்டியும் சற்று அகன்று அமர்ந்து இரவு உணவருந்த ஆரம்பித்தனர். உணவருந்திய பின் படுத்து உறங்கும் அளவிற்கு இடம் கிடைக்கவே ஸ்ரிஷ்டியை ஒரு இருக்கையில் படுக்க வைத்து பின்பு அவள் கீழ் இருக்கையில் படுத்துக் கொண்டாள். அடுத்ததாக கூட்டம் பெரிதாக ஏறாது, இனி அதிகாலை நாலேகாலுக்கு சென்று சேரும் பட்நேரா என்ற ரயில் நிலையத்தில் கூட்டம் ஏறும் என்பதால் அதற்குள் நன்றாக உறங்கி எழலாம் என்ற முனைப்புடன் வேகமாக உறங்கச் சென்றாள் சுனைனா, ஸ்ரிஷ்டியும் படுத்தவுடன் உறங்கிப் போனாள். மகளைப் பற்றிய கவலைகளுடனும், எதிர்காலக் கனவுகளுடனும் அந்த பயணம் தொடர்ந்தது. அப்போதுதான் தூக்கம் விழிகளைத் தழுவியது போல இருக்க திடீரென்று முழிப்பு தட்டியது, கழுத்து முழுக்க வேர்த்துக் கொட்டியதால் முழிப்பு தட்ட எழுந்து கீழே இறங்கினாள் ஸ்ரிஷ்டி. சுனைனாவின் தலைமாட்டில் பைகள் இருந்ததால், சுனைனாவை எழுப்பினாள் ஸ்ரிஷ்டி. தூக்கத்தில் இருந்து வாரிச் சுருட்டி எழுந்த சுனைனா, “இருடா தண்ணி எடுத்து தரேன்” என்று கூறி தண்ணீரை எடுத்துக் கொடுக்க, ஸ்ரிஷ்டி தண்ணீரைக் குடித்துக் கொண்டிருக்கும் போதுதான் சுனைனா உணர்ந்தாள் ரயில் எங்கேயோ நிற்கிறது என்று. எழுந்து நிதானித்து அமர்ந்தவள் ஜன்னல் வழியே வெளியே எட்டிப் பார்க்க, ரயில் நிலையத்தில் இல்லாமல் ஒரு நடு காட்டுக்குள் நின்று இருந்தது.

பிரிவு 02

அந்த இருநூறு மீட்டர் தூரம் அவரது இருபத்தைந்து வருட வாழ்க்கையை நினைவு படுத்தியது. ரவி திருமணம் முடிந்தவுடன், குடி வந்த முதல் குடியிருப்பு அது, மேற்கு சைதாப்பேட்டையின் முக்கியப் பகுதி. ரவி மற்றும் கல்பனா இருவரும் உறவினர்கள்தான், ஆனால் பெரிதாக பேசிக் கொண்டது கிடையாது. திடீரென்று ஒருநாள் கல்பனாவிற்கு அஞ்சல் துறையில் வேலை கிடைக்க, கல்யாணம் செய்து கொண்டால் வேலைக்குச் செல்லலாம் என்ற அவளது தந்தை செல்லத்தின் கட்டளையின்படி மாப்பிள்ளை தேடினர், செல்லத்தின் சொந்த அக்காவின் மகன், மோகன் தனக்கு திருமணம் வேண்டாம் என்ற மனநிலையில் வாழ்ந்து வந்தான். அவன் ஒரு சிவபக்தன் மற்றும், மிக சுறுசுறுப்பாக தனது சாதி சங்க முன்னேற்ற செயல்களில் இருப்பவன். ஆதலால் தனக்குத் திருமணமே வேண்டாம் என்ற எண்ணத்தில் இருந்தான். தனது சாதியின் மீது பேருவகையும், பெரும்பற்றும் கொண்டவன், தங்களது சாதிக்காரர் என்று வருகையில், சிறிதும் விட்டு கொடுக்க மாட்டான் மோகன். தனக்குத் தெரிந்த எந்த வாய்ப்புகளும் பிற சாதி மனிதர்களுக்கு சென்று விடக் கூடாது என்று இருப்பவன். ஆனால் செல்லத்தின் மூத்த சகோதரிக்கு கல்பனா தனது வீட்டின் மருமகளாக ஆக வேண்டும் என்ற எண்ணம் எப்போதும் உண்டு, ஆதலால் தனது கொழுந்தனின் மகனான ரவியைப் பேசினர். இரு தரப்புக்கும் எந்த சிக்கலும் இல்லாததால் ரவிக்கு செய்தி அனுப்பப்பட்டது, ரவியும் உடனே கிளப்பி வர. கல்பனாவுக்கு ரவிக்கும் திருமணம் பெரியோரின் ஆசீர்வாதங்களுடன் நடந்து முடிந்தது. ரவி ஒரு தேசிய வங்கியில் கணக்காளராகப் பணியாற்றினார்.

இருவரும் எந்தவித அறிமுகமுமில்லாமல் தங்களது வாழ்க்கையை ஆரம்பித்தனர். ரவி அவரது குடும்பத்தில் இருப்பவர்களிடம் இருந்து சற்று வேறுபட்டவர். பெரிதாக சாதி சுமப்பவரும் இல்லை, அதற்காக சாதியை விட்டுக் கொடுப்பவரும் இல்லை. தன்னால் யாருக்கும் எந்த மனசஞ்சலமும் ஏற்பட்டு விடக்கூடாது என்று நினைப்பவர். காலம் ரவியையும் கல்பனாவையும் திருமணம் முடிந்த ஏழு மாதங்களில் நல்ல இணையர்கள் ஆக்கியது. கரடு முரடான சூழ்நிலையில் வாழ்ந்த கல்பனாவிற்கு ரவியுடன் வாழ்வது இனிதாகவே இருந்தது. எப்படி இருக்குமோ என்று ஆரம்பித்த வாழ்க்கை ஒரு கட்டத்தில் மிக அமைதியாக மாறியது, கல்பனாவும் தனது பணியை சென்னையிலேயே

பிரிவு 01

எழுந்து கைபேசியை எடுத்து நேரத்தைப் பார்க்க நள்ளிரவு ஒரு மணி என்று காமித்தது. கைபேசியை வைத்து எழுந்தவள் வெளியே சென்று பார்க்க, ரயிலை விட்டு இறங்கி ஒரு கூட்டம் நின்று கொண்டிருந்தது. அவர்களிடம் எங்கு நிற்கிறோம் என்று கேட்க, சந்திரபுருக்கும் வரோராவுக்கும் இடையே நிற்பதாகத் தெரிவித்தனர். ஏதோ தாமதம் என்று மனதிற்குள் முணுமுணுத்தபடி உள்ளே சென்று ஸ்ரிஷ்டியை கழிவறை அழைத்துச் சென்று மீண்டும் வந்து அவளது இடத்தில் படுக்க வைத்து, சுனைனாவும் அசதியால் தூங்க ஆரம்பித்தாள். அடுத்த அரை மணி நேரத்தில் மீண்டும் ஸ்ரிஷ்டி சுனைனாவை எழுப்பி "அம்மா தண்ணி" என்று கேட்க, மீண்டும் தண்ணீரை எடுத்துக் கொடுத்து ஜன்னல் வழியாகப் பார்க்கையில் ரயில் அங்கேயே நின்று கொண்டிருந்தது. இன்னும் அங்கேயே நிற்கிறதா? என்ற குழப்பத்தில் மீண்டும் எழுந்து சென்று வெளியே நின்றவர்களிடம் கேட்கையில், வியரா ரயில் நிலையத்தில் ஏதோ மறியல் என்று தகவல் கூறிய ரயில்வே ஊழியர் ஒருவர், இன்னும் கொஞ்ச நேரம் ஆகும் கிளம்ப என்று வலியுறுத்திச் சென்றார். அநேக பயணிகள் தூக்கத்தில் இருந்து விழித்து அமர்ந்தனர். புழுக்கத்தின் காரணமாக அனைவரும் ரயிலை விட்டுக் கீழே இறங்கினர், அது ஒரு அடர்ந்த காட்டுப் பகுதி என்பதால் சிறிது நேரத்தில் ரயில்வே போலீசார் வந்து சேர, பயணிகள் அனைவரும் மீண்டும் ரயிலில் ஏறி அமர்ந்தனர். கிட்டத்தட்ட விடியும் நேரம் வந்து விட்டது ஆனால் ரயில் இன்னும் புறப்படவில்லை,

ரயிலினுள் புழுக்கம்; அதிகரிக்கவே ஸ்ரிஷ்டிக்கு தண்ணீர் தேவை அதிகரித்தது. ஏறத்தாழ மூன்று லிட்டர் தண்ணீர் அவர்கள் கையில் இருந்ததால், அவள் கேட்கும் போதெல்லாம் சுனைனா தண்ணீர் கொடுத்துக் கொண்டே இருந்தாள்.

காலை ஏழு மணி வரை அதே நிலைமை நீடிக்க, பயணிகள் அனைவரும் பொறுமை இழந்து ரயில்வே ஊழியர்களையும், போலீசாரையும் கேள்வி கேட்க, அங்கிருந்து அருகாமையில் இருக்கும் ரயில் நிலையத்திற்குத் தகவல் அனுப்பப்பட்டது, ரயிலில் கழிவறை சுத்தமில்லாமலும், ஒரே இடத்தில நிற்பதால் கழிவறை பயன்படுத்த முடியாமலும் இருந்து வந்ததால் மேலும் பதற்றம் அதிகரிக்க, அடுத்த ரயில் நிலையத்தில் இருந்து செய்தி வந்தது, வியரா என்ற இடத்தில் ஏதோ பெரிய மதக் கலவரம் என்று. ஆங்காங்கே ரயில்களுக்கு தீ வைப்பதால் அந்த வழித்தடத்தில் செல்லும் அனைத்து

பெற்றுக்கொள்ள இருவரும் ஊரை மறந்து சென்னையில் வாழ்ந்து வந்தனர்.

ஊரில் இருப்பவர்கள் அனைவரும் ரவியையும் கல்பனாவையும் பார்ப்பதே அரிதானது, மிக சந்தோஷமான முறையில் சென்ற அவர்களது வாழ்க்கையில் குழந்தை இல்லை என்ற கவலை திருமணம் முடிந்த ஓராண்டில் தொற்றிக்கொண்டது. ஆனால் அவர்கள்தான் ஒரு வருடத்திற்கு குழந்தை வேண்டாம் என தள்ளி வைத்திருந்தார்கள். ஊர் அதற்கு வழக்கம் போல கண் காது மூக்கு என்று அனைத்து புலன்களையும் சேர்த்து விட, ஆண்கள் ரவியை ஆண்மையற்றவன் என்று கூறினர், பெண்கள் கல்பனாவை மலடியாக்கினர், ஆனால் "போங்கடா பைத்தியங்களா " என்று இருவரும் தங்களது வாழ்க்கையை பார்த்து வந்த நிலையில், ஊரின் இந்த கட்டுக் கதையை பொய்ப்பிக்கும் வகையில் கல்பனா கருவுற்றாள். அப்போதும் சென்னையிலேயே இருந்து ரவி கல்பனாவை கவனித்து வந்தார். கல்பனாவின் சகோதரன் ராமச்சந்திரனுக்கும் மோகனுக்கும் நல்ல நெருக்கம், ராமச்சந்திரன் மோகனைப் போன்றவன், தங்களது சாதி சங்கத்தின் ஒன்றிய பிரதிநிதியாக பொறுப்பில் இருந்தவன். அவன் கல்பனா கர்ப்பமான நிலையிலும் தாய் வீட்டிற்கு வராததால் ராமச்சந்திரன் தனது தாயை அழைத்துக் கொண்டு சென்னை சென்றான். முதல் முதலாக தங்கையைப் பார்க்க அன்றுதான் ராமச்சந்திரன் சென்னை வந்திருந்தான்.

வீட்டிற்க்குள் நுழைந்த தருணம், கல்பனா ஏழு மாத கர்ப்பிணி, தலையைச் சுற்றி வாந்தி எடுத்துக் கொண்டிருக்க, ரவி கல்பனாவின் தலையை அழுத்திப் பிடித்தபடி, குழாயைத் திறந்து கல்பனா வாந்தி எடுப்பதை சுத்தம் செய்துகொண்டிருந்த நேரம், இருவரும் உள்ளே நுழைந்தனர். அவர்கள் யாரென்று தெரியாத ஸ்ரீநிவாசன் ரவியின் வீட்டினுள் இருந்து ஒரு தட்டை எடுத்து வெளியே வந்தவர் ராமச்சந்திரனைப் பார்த்து யார் வேணும் என்று கேட்க, ரவி என்று ராமசந்திரன் கூறியதும், "ஜி உங்கள தேடித்தான்" என்று சொன்னவாறு ரவியின் வீட்டை விட்டு வெளியேறி அடுத்த வீட்டிற்குள் நுழைந்தார். ஒருவித வித்யாசமான பார்வை பார்த்தான் ராமசந்திரன். வெளியே எட்டிப் பார்த்த ரவி "வாங்க வாங்க, என்று தனது மைத்துனரையும், மாமியாரையும் அழைக்க உள்ளே வந்து அமர்ந்து "நீங்க விலகுங்க

ரயில்களும் நிப்பாட்டப் பட்டுள்ளன என்றும், மதியத்திற்குள் நிலைமை சரியாகிவிடும் என்றுச் செய்தி வரவே, அனைவரும் என்ன செய்வதென்று தெரியாமல் தவித்தனர். சுனைனா தனது பைகளை பார்க்க அதில் இன்னும் இரண்டு பெரியப் பாட்டில்கள் தண்ணீர் இருக்க, சற்று நிதானமாக மதியம் வரை இது போதுமானது என்று எண்ணி அமர்ந்தாள். நிலைமையைப் புரிந்திருந்த ஸ்ரிஷ்டி அரை மணி நேரத்திற்கு பதிலாக ஒரு மணி நேரம் வரை தனது தாகத்தை அடக்கிக் கொண்டாள். விஷயம் தெரிந்ததில் இருந்து மூன்று நேரம் கடந்து இருந்த தருணம், ஸ்ரிஷ்டி தண்ணீர் அருந்த வந்த போது அவளது இருக்கைக்கு அருகில் இருந்த ஒரு குழந்தை வாய் வறண்ட நிலையில் தண்ணீருக்காக அழுது கொண்டிருக்க, தான் குடித்த குடுவையை அவளுக்கும் சிறிது எடுத்துக் கொடுத்தாள் சிருஷ்டி.

சுனைனாவிற்கு அந்தக் குழந்தைக்கு தண்ணீர் கொடுக்க வேண்டும் என்று ஒரு புறம் இருந்தாலும், சிருஷ்டிக்குத் தேவைப்படும் என்ற எண்ணம் அதிகமாக இருந்தது, ஆகையால் அவள் தூங்குவது போல நடித்துக் கொண்டிருந்தாள். ஆனால் சிருஷ்டி கொடுத்து அக்குழந்தையின் அழுகையைச் சற்று நிறுத்த, அந்த குழந்தையின் தாயுடன் சிருஷ்டியும், சுனைனாவும் பேசிக் கொண்டே வந்தனர், வெயில் அதிகரித்துக் கொண்டே இருக்க அக்குழந்தையின் தாய் அணிந்திருந்த புர்காவை சற்று களைந்து அமர்ந்தாள். சுனைனாவிற்கு எண்ணம் அனைத்தும் நேரத்தின் மீதே இருக்க, அதிகாரிகள் சொன்ன நேரத்தைக் கடந்தும் ரயில் அங்கேயே நின்று கொண்டிருந்தது. பரபரப்பாக எழுந்த சுனைனா ஒரு காவல் அதிகாரியிடம் ரயில் கிளம்புவதுப் பற்றி கேட்க, அவர் சுனைனாவை முறைத்தபடி " அந்தர் மே ஜாவ், " என்று விரட்ட உள்ளே வந்து அமர்ந்தாள் சுனைனா. சுனைனாவின் பதற்றத்தைப் பார்த்த அக்குழந்தையின் தாய் என்ன என்று கேட்கும்போது ஸ்ரிஷ்டியின் தேவையைப் பற்றிக் கூற, அந்த பெண்ணும் சிறிது பதற்றம் அடைய ஆரம்பித்தாள்.

நேரம் மேலும் கடந்தது, ஸ்ரிஷ்டியின் தண்ணீர் தேவை மேலும் அதிகரித்தது, இருந்த ஒரு பாட்டிலும் காலியாகவே, பதற்றம் அதிகமாக தொற்றிக் கொண்டது சுனைனாவிற்கு, மெல்ல அங்கும் இங்கும் எழுந்து நடக்க ஆரம்பித்தாள் சுனைனா. தாய் பதற்றம் அடைகிறாள் என்பதை உணர்ந்திருந்த ஸ்ரிஷ்டி, மெல்ல தனக்கான தண்ணீர் தேவையை சுருக்க ஆரம்பித்தாள். அடுத்த நொடி முதல் நாக்கு வறண்டு போகும்

மாப்ள" என்று கூறி கல்பனா அருகே வந்து அவளை சரி செய்து அமரவைத்தாள் மரகதம். ஒரு வார்த்தை கூட பேசாத ராமச்சந்திரன், அசையாமல் ஒரு இருக்கையில் அமர்ந்திருந்தான்.

ராமச்சந்திரனின் அசௌகரியத்தை உணர்ந்த ரவி வேகமாக பணிக்குக் கிளம்பினார். ரவி கிளம்பிய பிறகு கல்பனாவை ராமச்சந்திரனும், மரகதமும் ஊருக்கு வர வற்புறுத்தினர். வரமறுத்த கல்பனா, "நாங்களே பாத்துப்போம், நீங்க எதுக்கு இப்ப கௌம்பி வந்தீங்க" என்று கல்பனா கேட்க, " யாரு?.. நீ, எத பாத்து கிழிச்ச, அந்தாளு என்னனா, வாந்திய கைல பிடிச்சுக்கிட்டு இருக்கான், எவனோ பக்கத்து வீட்ல இருந்து சோறு குடுக்குறான், அவன் என்ன சாதி சனம்னே தெரியல, இதான் நீ இருக்குற லட்சணமா, இப்படி சாதி சனம் பாக்காம வாங்கி சாப்டுகிட்டு இருக்கியே சாமி குத்தம் ஆகிறாது?" என்று படபடவென பேசிய தருணம், கதவைத் தட்டினார் மஞ்சு. கதவைத் திறக்க உள்ளே வந்த மஞ்சு, " கல்பனா இங்க இருக்கு சாப்பாடு அம்மாக்கும், அண்ணாக்கும் சேத்துதான் எடுத்துட்டு வந்திருக்கேன், காபி, டீ ஏதாச்சு வேணும்னா சொல்லு போட்டு தரேன் நீ நல்லா ரெஸ்ட் எடு" என்றவர், கிளம்பும் பொது ராமச்சந்திரனை பார்த்து, "நீங்க கோவிலுக்குப் போனப் பிராமணாள் தர பிரசாதம் சாப்பிடுவீங்களா" என்று கேட்க, "ஆமா" என்று பதிலளித்த ராமச்சந்திரனிடம் "அப்ப எங்காத்து சமையலும் சாப்பிடலாம்" என்று சூசகமாக சொல்லிச் செல்ல, அதன் பின் குழப்பம் இல்லாமல் ஸ்ரீனிவாசனின் மனைவி மஞ்சு கொண்டு வந்த சாப்பாட்டை சாப்பிட்டான் ராமசந்திரன்.

ராமச்சந்திரனும் மரகதமும், சாப்பிட்டு முடித்து ஓய்வெடுத்துக் கொண்டிருந்த நேரம், கல்பனா மஞ்சுவைப் பார்த்து, தனது வருத்தத்தை தெரிவிக்க, " ஐயோ அதெல்லாம் ஒண்ணுமில்ல, நீ எதுவும் நினைச்சு கொழப்பிக்காத, நானே செல்விகிட்ட சூசகமா சொல்லிட்டேன் உங்க ஆத்துல விருந்தாள் வந்திருக்காங்கன்னு போக வேண்டாம்னு" என்று மஞ்சு கூறி முடிக்க, "பாவம் செல்வி இன்னிக்கு பணியாரம் கேட்டேன்னு செஞ்சு இருக்கும், இவனுங்கள யாரு அழைச்சது இப்ப" என்று கல்பனா சொல்லி முடிக்க, " எனக்கும் பணியாரம் போச்சு" என்றுக் கூறி சிரித்தாள் மஞ்சு. "ஆனா உன் அண்ணன் பேசினது செல்வி காதுல விழுந்திருந்தா எவ்ளோ கவலைப்பட்டிருப்பா " என்று மஞ்சு கூற "ஆமா" என்று கூறிய கல்பனா, சிறிது நேரம் மஞ்சுவின்

பிரிவு 01

வரை காத்திருக்க ஆரம்பித்தாள் ஸ்ரிஷ்டி. இருபது நிமிடத்திற்கு ஒரு முறை தண்ணீர் குடித்து வந்த ஸ்ரிஷ்டி மெல்ல மெல்ல தான் தண்ணீர் குடிக்கும் நேரத்தை அதிகமாக்கிக் கொண்டே சென்றாள். இயல்பாக அவள் அருகே அமர்ந்து வந்த குழந்தையுடன் விளையாடிக் கொண்டே இருந்தாள் ஸ்ரிஷ்டி. சுனைனாவிற்கும் நன்றாக தெரிந்திருந்தது ஸ்ரிஷ்டி வழக்கத்தை விட இயல்பாக இருப்பது தனக்காகத்தான் என்று. ரயில் அந்த இடத்தில் இருந்து கிளம்புவது போல தெரியவில்லை, ரயிலில் நிரப்பி வைத்திருந்த தண்ணீர் முழுவதும் தீர்ந்த நிலையில் ரயிலில் பயணித்த மக்கள் யாவரும் வண்டியை விட்டுக் கீழிறங்கி, அங்கே இருந்த ஊழியர்களிடமும். காவல் துறையினரிடமும் விசாரிக்க, அவர்களும் கொடுப்பதற்கு பதில் இல்லாமல், கேள்வி கேட்டவர்களை விரட்டிக் கொண்டிருந்தனர்.

ஸ்ரிஷ்டி முதல் முறையாக ஒரு மணி நேரம் தனது தாகத்தை அடக்கி இருந்து பின் சுனைனா கைவசம் இருந்த கடைசி குவளையை எடுத்து தண்ணீர் பருக ஆரம்பித்தாள். அந்த கடைசி குவளையை எடுத்த நேரம், அவளது சுறுசுறுப்பு சற்று குறைந்திருந்தது. ஸ்ரிஷ்டியை மௌனமாக பார்த்தாள் சுனைனா, தனது தாயைப் பார்த்து ஒரு சிரிப்பு சிரித்தது "என்னம்மா" என்று கேள்வி கேட்டு லேசாக தொண்டையை நனைத்துக் கொண்டு அந்த தண்ணீர் குடுவையை கீழே வைத்து விட்டு விளையாடாமல் படுத்துக் கொண்டாள். சுனைனாவிற்குப் பதற்றம் அதிகரித்தது. அருகில் இருப்போரிடம் தண்ணீர் எங்கேனும் இருக்கிறதா என்று கேட்டுப் பார்த்தாள். எவரிடமும் தண்ணீர் இருப்பதாய் தெரியவில்லை. மெல்ல அங்கிருந்து அருகில் இருந்த குளிர்சாதனப் பெட்டியில் விசாரிக்கலாம் என்று பார்த்த பொழுது, அதில் ரயில்வே பாண்ட்ரி உணவுகளும் தண்ணீரும் பரிமாறப்பட்டு கொண்டிருந்தது. " எனக்கு ஒரே ஒரு பாட்டில் தண்ணீர் மட்டும் கொடுங்கள் " என்று வெளியே நின்ற அதிகாரியிடம் மன்றாடிப் பார்த்தாள் சுனைனா, ஆனால் எவரும் செவிசாய்க்காத நிலையில், அங்கிருந்து வேகமாக மீண்டும் தனது இருக்கைக்கு வந்தாள் அவள், அங்கே ஸ்ரிஷ்டி படுத்திருந்தாள், அருகே சென்று பார்த்த பொழுது உடம்பு நெருப்பாகக் கொதித்துக் கொண்டிருந்தது, தொட்டுப் பார்த்த சுனைனாவின் பதற்றம் இன்னும் அதிகரித்தது. அருகில் அமர்ந்திருந்த குழந்தையின் தாய், தனது குழந்தையை சற்று பார்த்துக் கொள்ளும்படி தெரிவித்துவிட்டு, அவளும் கீழே இறங்கி தண்ணீர் கிடைக்குதா

பிரிவு 02

வீட்டிலேயே அமர்ந்து பேசிக் கொண்டிருந்தாள். கல்பனாவிற்கு அன்று அவளது வீட்டை விட மஞ்சுவின் வீடு வசதியாக இருந்தது. மாலை ரவி வீடு திரும்பியதும், கல்பனாவை ஊருக்கு அழைத்துச் செல்வது பற்றி பேசத் துவங்கினாள் மரகதம். இரவு உணவும் மஞ்சு கொண்டு வந்து சேர்க்க, மெல்ல மஞ்சுவிடம் "நீங்களே சொல்லுங்கம்மா மொத பிரசவம் அம்மா வீட்ல இருந்து பாக்குறதுதானே முறை, இவ சொன்னா கேக்க மாட்டேங்குறா, "என்று கூறியவள் மிக எதார்த்தமாக "உங்களுக்கு எத்தனை பசங்க "என்று மரகதம் கேட்க முகம் முற்றிலுமாக மாறிப் போன மஞ்சு "இல்லம்மா எங்களுக்கு குழந்தை இல்ல "என்று பதிலளிக்க, "சரி அத விடுங்க ஆண்டவன் கொடுப்பான்" என்று கூறி பேச்சை நிறுத்திக் கொண்டாள் மரகதம்.

மஞ்சுவும் சிறிது நேரத்தில் அவளது வீட்டிற்குச் செல்ல, மீண்டும் ஊருக்குச் செல்வதற்கான பேச்சு ஆரம்பமானது, இறுதியாக ஒரு முடிவுக்கு வந்த மரகதம் " நீ அங்க வரியா இல்ல நானும் உங்க சித்தியும் இங்க வர்றதா ? " என்று கேட்க இங்கே அவர்களை வைத்து சமாளிக்க முடியாது என்று தெரிந்து கொண்ட கல்பனா வேறு வழியின்றி ஊருக்கு வர தீர்மானித்தாள். கட்சியின் சென்னை நிர்வாகிகளைப் பார்க்கச் சென்ற ராமச்சந்திரன் இரவு வீடு திரும்ப, ஊருக்குச் செல்லலாம் என்று தெரிவிக்கப்பட்டது. உடனே சென்று கட்சி அலுவலகத்தில் பேசி ஒரு வாகனத்தை ஏற்பாடு செய்து அடுத்தநாள் காலை ஊருக்குக் கிளம்பினர், மூவராக கிளம்பக்கூடாது என்று இரவோடு இரவாக மோகனுக்கு அழைப்பு கொடுத்து வரச்சொல்ல, மோகனும் அடுத்தநாள் அதிகாலை வந்திறங்கினான். நால்வரும் ஊருக்கு கிளம்பினர். வண்டியில் ஏறியது முதல், மரகதமும், ராமச்சந்திரனும் கல்பனாவிற்கு அறிவுரைகளை அள்ளித்தெளித்த வண்ணம் வந்தனர். கல்பனாவும் பொறுமையாக, வந்து கொண்டிருந்தாள், அவள் வயிற்றுக்குள் அசையும் தனது குழந்தையின் அசைவுகளை கவனித்துக் கொண்டு வந்தாள். ரவியும் கல்பனாவும் உரையாடும் பொழுது அடிக்கடி நகர்வுகள் தெரியும். ஆனால் அன்றைய பயணத்தில் கல்பனாவை போன்று அவள் வயிற்றில் வளர்ந்த சிசுவும் அமைதியாக வந்தது, ஒரு கட்டத்தில் மஞ்சுவைப் பற்றி பேசிய மரகதம் " அவ வயித்துல ஒரு புழு பூச்சி கூட முளைக்கல, அவகிட்ட ஒரு வயித்துப்புள்ளகாரி சாப்பாடு வாங்கி சாப்பிடுறியே உனக்கு அறிவில்ல என்று கேட்டு முடிக்க, மோகனிடம்

என பார்க்க சென்றாள், தண்ணீர் மட்டும் கிடைக்கவில்லை. அந்தப் பெண்ணும் வெறுங்கையுடன் வரவே, என்ன செய்வதென்று அறியாத சுனைனா மீண்டும் வெளியே செல்லத் தயாரானாள். சுனைனாவைத் தடுத்து நிறுத்திய அப்பெண், தான் அணிந்திருந்த புர்காவை நீக்கி தனது மார்போடு ஸ்ரிஷ்டியை அணைத்து தன் குழந்தை குடிக்கும் தாய்ப்பாலைப் பருகச் செய்தாள், முந்தைய நாள் முதல் பெரிதாக சாப்பாடு இல்லாத காரணத்தால், தாய்ப்பால் சுரப்பதும் போதுமானதாக இல்லை, ஆனாலும் ஸ்ரிஷ்டியின் அப்போதைய தேவைக்கு அவளால் ஒரு சிறு உதவி செய்ய முடிந்தது. ஸ்ரிஷ்டியை மார்போடு அணைக்கையில் உணர்ந்தாள் அப்பெண் தாகம் எவ்வளவு கொடுமையானது என்று. இன்னும் சிறிதேனும் வேகம் இருந்தால் எங்கே தனது முலைக்காம்புகள் அறுந்து விடுமோ என்ற அளவில் தண்ணீரைத் தேடுகிறாள் இந்தக் குழந்தை என்று பரிதாபப்பட்டு மீண்டும் அருகில் இருப்போரிடமும் வெளியே சென்றும் தண்ணீர் கேட்க ஆரம்பித்தாள் அப்பெண்.

இதற்கிடையில், குஜராத்தில் ஒரு ரயில் நிலையத்தில் நின்றிருந்த ரயிலை கொளுத்தி விட்டார்கள் என்ற செய்தி வந்து சேர்ந்தது, ஆதலால் ரயில் இன்னும் நெடுநேரம் அங்கேதான் நிற்கும் என்று செய்தி வந்தது, அப்போதுதான் முதன் முதலாக ஸ்ரிஷ்டி பதற்றம் அடைய ஆரம்பித்தாள். சுனைனாவை அப்பதற்றம் பெரிதாகத் தொற்றிக் கொண்டது. ஸ்ரிஷ்டியின் உடல் வெப்பநிலை அதிகரித்துக் கொண்டே சென்றது, வியர்வை ஒரு பக்கம் புழுக்கத்தால், சுனைனா ஸ்ரிஷ்டியைக் கையோடு அணைத்திருக்க, சுனைனாவின் ரவிக்கையில் பரவி இருந்த வியர்வைத் துளிகளைத் தேடியது ஸ்ரிஷ்டியின் நாக்கு. கண்ணீர் கொப்பளிக்க எழுந்த சுனைனா வேக வேகமாக நடந்து உடலை வியர்க்க வைத்து மீண்டும் வந்து தனது மகளை கட்டிக் கொண்டாள். மூன்றாவது முறை அமரும் பொழுது, தாயை ஏக்கத்துடன் பார்த்துச் சிரித்த ஸ்ரிஷ்டி, “அம்மா என்ன எப்டியாச்சு காப்பாத்திருமா, இருக்க ஆசையா இருக்குமா“ என்று கூற அவளைக் கட்டி அணைத்து அழ தொடங்கினாள் சுனைனா. சுனைனாவைத் தேற்றி அருகில் இருந்த அப்பெண் மேலும் தனது புர்காவை அணிந்து அவளும் நடந்து வர, அவளும் ஸ்ரிஷ்டியைக் கட்டி அமர்ந்தாள், அப்பெட்டியில் பயணித்த அனைவரும் ஸ்ரிஷ்டிக்காக அவரவர் விருப்ப தெய்வங்களை வழிபட ஆரம்பித்தனர், தாகம் தீர்ந்த பாடில்லை. சட்டென குறைந்த சூரிய

பிரிவு 02

ரவியை பற்றி புறம் கூறிக் கொண்டிருந்தான் ராமச்சந்திரன். “டேய் வண்டிய நிப்பாட்டு, நா பஸ்ல வரேன்” என்று கல்பனா கூற மோகன் ராமச்சந்திரனை அதட்டி அமைதியாக வருமாறு கூறினான். அவ்வாறாக மனதிற்குப் பிடிக்காமல் அப்பயணமும் அதன் பின் கல்பனாவின் வீட்டிலும் நாட்கள் நகர, எட்டாவது மாத இறுதியில் குழந்தையை அறுவை சிகிச்சை செய்து எடுக்கும் சூழல் வந்தது, மிகவும் மனநிறைவோடு மருத்துவமனை சென்றாள் கல்பனா, முதல் குழந்தையாக வந்து பிறந்தாள் கவிதா. அதிலும் சிங்கக்குட்டி கிடைக்கவில்லையே என்ற ஏக்கம் அனைவரிடமும் இருந்தது, கல்பனாவும் ரவியும் மட்டும் மனநிறைவோடு இருந்தனர்.

குழந்தை பிறந்து நாற்பத்தைந்து நாட்கள் எப்படா முடியும் என்று காத்திருந்தவள் போல, நாற்பத்தைந்தாவது நாள் கல்பனா சென்னைக்குக் கிளம்பினாள், யாரையும் அவளோடு வர அனுமதிக்க வில்லை, நாங்களே எங்கள் பிள்ளையைப் பார்த்துக் கொள்கிறோம் என்று கூறி இருவரும் பிள்ளையை தூக்கிக் கொண்டு சென்னை வந்தனர். ஊரிலிருந்து கிளம்பும் பொழுது, மரகதம் தெரிவித்த ஒரே அறிவுரை குழந்தையை ஸ்ரீநிவாசன் வீட்டிற்கு அனுப்பாதே என்றதுதான். அனைத்தையும் காற்றில் விட்டு சந்தோசமாக கிளம்பினர் கல்பனாவும் ரவியும். மரகதம் சொன்னதற்கு நேர்மாறாக கவிதா மஞ்சுவிடம்தான் முழுவதுமாக வளர்ந்தாள். கவிதா அப்படியே கல்பனாவை உரித்து வைத்தாற் போல, மிக அழகான குழந்தை. கவிதாவுக்குப் பிறகு கவின் என்ற ஆண் குழந்தையும் அவர்களுக்குப் பிறந்தது. கவிதா கவின் இருவரும் முற்றிலும் வேறுபட்டவர்கள்.

அந்த குடியிருப்பு முழுவதுக்கும் கவிதாவே செல்லப் பிள்ளை, எப்படி ரவி மற்றும் கல்பனாவை அப்பா அம்மா என்பாளோ, அது போலவே ஸ்ரீனிவாசனையும், மஞ்சுவையும் அப்பா அம்மா என்றே அழைத்து வந்தாள். கவிதா பெரிதாக அவளது சொந்தங்களுடன் சேருவது இல்லை. அவர்களைப் பார்த்தாலே ஒரு வித வெறுப்புணர்ச்சி வருவதால் அவள் ஊருக்கே செல்வது கிடையாது. கவின் அப்படியல்ல, சொந்தங்களோடு பின்னிப்பிணைந்து பழகுபவன். காலம் இவ்வாறாக உருண்டோட. கவிதா தனது படிப்பை முடித்து ஒரு வேலையில் அமர்ந்தாள். அதில் அவளுக்குக் கிடைத்த வாய்ப்பைப் பயன்படுத்தி அமெரிக்கா சென்று பணியாற்றி வந்தாள்.

பிரிவு 01

வெளிச்சத்தை மீறி ஒரு மழைத் துளி நிலத்தில் விழ பட்ட இடம் தெரியாமல் உடனே காய்ந்த அந்த வேளையிலும் “அந்த பொண்ண கீழ ஏறக்குங்க மழை வருது” என்று குரல் கொடுக்க, ஸ்ரிஷ்டி வேகமாக மடியில் இருந்து எழுந்து நிற்க நின்ற இடத்திலேயே கீழே விழுந்தாள். அவளை உடனே தூக்கி ரயிலை விட்டுக் கீழே இறங்கினாள் சுனைனா, மழைத் துளி சிருஷ்டி மேல் விழ, அவளது தலை தொங்கி இருந்தது, விழிகள் வானைப் பார்த்த படி. ஸ்ரிஷ்டியை கீழே போட்டு “மாதர் ச்சோத் கிதர் ஜாயேங்கே, மாதர் ச்சோத்” என்று தான் கையில் வைத்திருந்த ஒரு விருப்பக் கடவுளின் படத்தை தூக்கி எறிய, அது சென்று விழுந்தது அந்த பால் கொடுத்த பெண்ணிடம்.

பிரிவு 02

அமெரிக்கா சென்ற பிறகு ரவி ஒரு சொந்த வீடு வாங்குவோம் என்ற மனநிலையில், சைதாப்பேட்டை வந்து இருபத்தோரு வருடங்கள் ஆன பிறகு, மேடவாக்கத்தில் ஒரு வீட்டை வாங்கி குடிபெயர்ந்தார். அங்கிருந்து செல்ல சிறிதேனும் கூட மனமில்லாமல் ரவியும், கல்பனாவும் மேடவாக்கம் சென்றனர். கவிதா சென்ற இரண்டு வருடங்களில் ரவிக்கு ஒரு அழைப்பு வந்தது, அங்கு தன்னுடன் பணியாற்றும் ஒரு பையனை விரும்புவதாக. ரவியால் எதுவும் கூற முடியாமல், கல்பனாவிடம் கூற இருவரும் ஒருமனதே சம்மதித்தனர். இங்கே இப்போதைக்கு வர வேண்டாம் எனவும், அங்கேயே திருமணம் செய்து கொள்ளுங்கள் எனவும் விருப்பங்கள் தெரிவிக்கப்பட்டது. மெல்ல இந்தச் செய்தி கவினுக்கு தெரியவர ஊர் முழுக்க தம்பட்டம் அடித்தான் கவின். தன்னால் செல்ல முடியாத உயரத்திற்கு ஒரு பெண் சென்றுவிட்டாள் என்பதில் வந்த வயித்தெரிச்சல் வார்த்தைகளாவே கவினின் செயல்கள் இருந்தது.

ஊரில் பலதரப்பட்ட விமர்சனங்கள் மெல்ல புகைய ஆரம்பித்தது, எதையும் பெரிதாக தலையில் ஏற்றிக் கொள்ளாமல் ரவியும், கல்பனாவும் அவரவர் வேலைகளைப் பார்த்தனர். அந்த ஊர் கோவிலின் கும்பாபிஷேகம் நடக்க, அதற்கான அழைப்பு ரவிக்கு அனுப்பப்பட்டது, ரவி அங்கு செல்ல தயாராக இல்லை, பிடிவாதமாக கவின் மட்டும் கிளம்பி சென்றான். கோவில் திருவிழாவிற்கு முந்தைய நாள் கீழத்தெரு முளைப்பாரி எடுத்து வரும் நிகழ்வு நடைபெற்றது. கவின் மற்றும் ராமச்சந்திரனின் மகன் கண்ணன் ஆகியோர் முளைப்பாரி கொண்டு செல்லும் வழியில் ஒரு மறைவில் அமர்ந்து தண்ணியடித்துக் கொண்டிருக்க, முளைப்பாரி எடுத்துச் சென்ற ஒரு பெண்ணை பேச்சு வாக்கில் வம்பிற்கு இழுத்தனர் இருவரும். கூட்டத்தில் இருவரையும் திட்டிச் சென்ற அப்பெண், ராமச்சந்திரனின் பண்ணையாள் மகள். கொதித்தெழுந்த கண்ணனும் கவினும், முளைப்பாரி முடிந்து திரும்பும் தருணம் அப்பெண்ணை வலுக்கட்டாயமாகக் கடத்தி பயம் காட்ட முயல, போதையின் பிடியில் அவளை வல்லுறவு செய்யத் தொடங்கினர். இருவரும் அவளைச் சீரழித்து அங்கிருந்து தப்பித்து ஓட, போலீஸ் கேஸ் ஆனது. போலீசாரும் ராமச்சந்திரனின் நண்பர் ஆதலால் கண்ணன் சற்று பாதுகாப்போடு இருந்தான் ஆனால் யாராவது இருவரை அங்கு சரணடையச் செய்ய வேண்டும் என்ற சூழல் இருந்தது. அதைப் பயன்படுத்திக்கொண்ட ராமச்சந்திரனும் மோகனும், ரவியை அழைத்து

பிரிவு 01

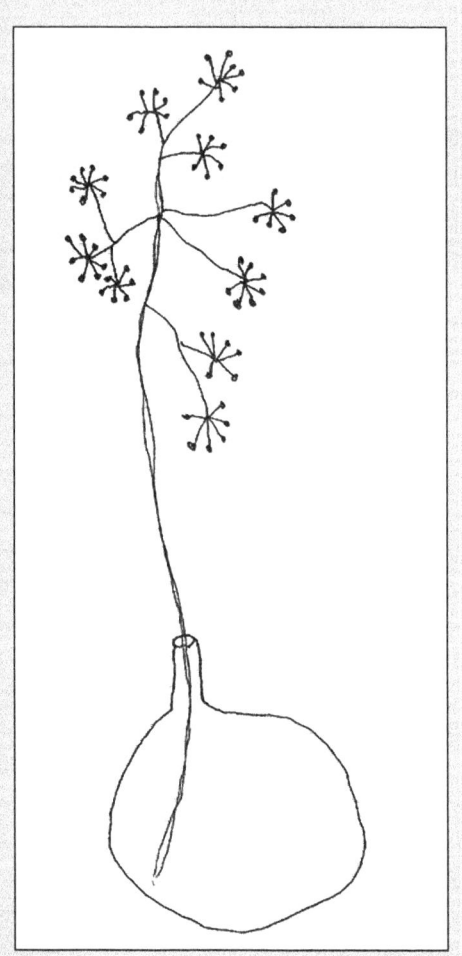

கவினை நாங்கள் காப்பாற்றுகிறோம் ஆனால் கவிதா செய்த தவறுக்கு அவள் வாழத் தகுதியற்றவள் அவளைக் கொல்ல வேண்டும் என்று ரவியிடம் தெரிவித்தனர். ரவி பெரிதாக குழம்பினார், கவிதா அங்கு ஏழு மாத கர்ப்பிணியாக இருந்தாள்.

என்ன செய்வதென்று அறியாமல், கவிதாவிடம் அழைப்பில் பேசிக்கொள்ளலாம் என்று எண்ணி ராமச்சந்திரனும், மோகனும் கூறியதுபடி ஒருவித விஷம் கலந்த நாட்டு மாத்திரையை கவிதாவுக்கு அனுப்பிவைக்க ஏற்பாடு செய்யப்பட்டது, மாத்திரை அனுப்பும் வரை ரவி, கல்பனா ஆகியோரது கைபேசிகள் பறிமுதல் செய்யப்பட்டது. ரவியும் வேறு வழியின்றி, அம்மாத்திரைகளை அவர்கள் சொன்ன வழிமுறையிலேயே அனுப்பி வைத்தார். அந்த மாத்திரையை அனுப்பிவிட்டுத் திரும்பும் பொழுதுதான் ஸ்ரீனிவாசனைப் பார்த்து, தாங்கள் வசித்த வீட்டிற்குச் சென்றார் ரவி. நடந்தவைகள் யாவும் ரவிக்கு கண் முன்னால் ஓடி, ஒருவித கலக்கத்தை ஏற்படுத்த, சீக்கிரம் கிளம்பி வீடு திரும்பினார். மாத்திரைகள் கவிதாவிடம் சேரும் வரை கைபேசி கொடுக்கப்படமாட்டாது என்று சொல்லி இருந்தான் ராமச்சந்திரன். என்ன செய்வதென்று அறியாமல், மலைத்து இருந்த நேரம், அடுத்தநாள் மதியம் ஸ்ரீனிவாசன் பெரும் பதற்றத்துடன் ரவியின் மேடவாக்கம் இல்லத்திற்கு வர, ஸ்ரீனிவாசனை பார்த்ததும் இவர் ஏன் வருகிறார் என்ற ஐயத்துடன் கதவை திறந்த ரவியிடம், " ஜி உங்க போன் எங்க, கவிதா தொடர்ந்து உங்களுக்கு ட்ரை பண்ணிருக்கா, அவளுக்கு ப்ரெஷர் சூட் அப் ஆகிடிச்சுனு ஹாஸ்பிடல்ல சேத்து இருக்காங்களாம்" என்று பதற்றத்தோடு கூறி, கவிதாவின் கணவர் எண்ணுக்கு அழைத்து ரவியிடம் கொடுத்தார் ஸ்ரீனிவாசன். அழைப்பை எடுத்த கார்த்திக் மிக தோய்ந்த குரலில் "கவிதா அங்கிள் பேசுறாங்க" என்று அழைப்பை கவிதாவிடம் கொடுக்க, "என்னடா ஆச்சு" என்ற ரவியின் குரலைக் கேட்ட கவிதா "அப்பா நீ என்ன கொலை பண்ண ட்ரை பண்ற மாதிரி ஒரு கனவு வந்துச்சுப்பா, அதோட ப்ரஷர் ரொம்ப அதிகமாகிடுச்சு " என்று கூற எதுவும் கூறாமல் கண்களில் நீர் தாரைதாரையாக பெருக்கெடுக்க நின்றிருந்த ரவி " அதெல்லாம் ஒண்ணும் ஆகாதுடா, நீ அமைதியா ரெஸ்ட் எடுடாமா" என்று கூறி அழைப்பைத் துண்டிக்க, அடுத்த நொடி மீண்டும் அழைத்தான் கார்த்திக் கவிதா இறந்து விட்டாள் என்ற செய்தியுடன். அனுப்பிய மாத்திரைகள் கவிதா என்ற நபர் இல்லாமல் கிடங்கிலேயே கிடந்து அழிந்தது.